கண்ணதாசன் கவிதைகள்

தொகுதி 4

கவிஞர்
கண்ணதாசன்

கண்ணதாசன் பதிப்பகம்
23, கண்ணதாசன் சாலை,
தியாகராய நகர்,
சென்னை-600017.
தொலைபேசி: 24332682
மதுரை ❖ கோவை ❖ பாண்டி

முதற் பதிப்பு : ஜனவரி, 2012
ஐந்தாம் பதிப்பு : பிப்ரவரி, 2021
ஆறாம் பதிப்பு : ஆகஸ்ட், 2024

Copyright © 1968, 2010 by Kannadhasan Pathippagham. All Rights Reserved

E-mail: sales@kannadasan.co.in
Our Website: www.kannadasan.co.in

பதிப்பாசிரியர் : காந்தி கண்ணதாசன்

எச்சரிக்கை

காப்பிரைட் சட்டத்தின்கீழ் பதிவு பெற்றுள்ள இந்நூலில் இருந்து எப்பகுதியையும் முன் அனுமதியின்றி பிரசுரிக்கக்கூடாது. தவறினால் சிவில், கிரிமினல் சட்டங்களின்படி நடவடிக்கை எடுக்கப்படும்.

- காந்தி கண்ணதாசன் பி.ஏ., பி.எல்.,

No part of this book may be reproduced or transmitted inany form or by any means electronic or mechanical including photocopying or recording or by any information storage and retrieval system without permission in writing from Gandhi Kannadhason, B.A., B.L., Chennai.

Price Rs: **180/-**

KANNADHASAN KAVIDHAIGAL VOL. 4 - Tamil
Selected Poems of Poet Laureate Kannadhasan

- ❖ Written By : **Poet LAUREATE KANNADHASAN**
- ❖ Sixth Edition : August 2024
- ❖ Publishing Editor : **GANDHI KANNADHASAN**
- ❖ Published By : Kannadhasan Pathippagham
  23, Kannadhasan Salai,
  Thiyagaraya Nagar, Chennai - 600 017.
  Ph: 044-24332682 / 8712 / 98848 22125

ISBN: 978-81-8402-623-8

Books available at :
- No. 1212, Range Gowder Street, Coimbatore - 641 001.
  Ph : 0422-4980023, Cell : 9884822139
- No. 1, Annai Complex, III Street, Vasantha Nagar,
  Madurai - 625 003. Ph : 0452-4243793, Cell: 9884822126
- No. 37, Bharathy Street, Puducherry - 605 001.
  Ph : 0413-4201202, Cell : 9884822128

Printed at : Kannadhasan Pathippagham, Chennai.

'அந்தச் சாணம்' இட்டுத் திண்ணை மெழுகுகின்றார்கள்.

'அச்சுவண்டி ஓடுவதேன்?
அத்தான் உறவு ஆடுவதேன்?
அக்காளையிட்டு!'

'அந்தக் காளை' மாட்டைப் பூட்டி வண்டி ஓடுகின்றது.

'அக்காளை'த் தந்து மைத்துனனுடைய உறவு கூடுகின்றது - இவ்வாறு இரண்டு பொருள்படப் பழம் புலவர்கள் பாடுவார்கள்.

இன்று, கண்ணதாசன் அவர்கள் ஆன்றோர்களின் அருந் தமிழ்ப் பாடல்களை நினைவூட்டுவதுபோல, அதி அற்புதமாக அரிய பெரிய கருத்துகள் தாமே வந்து பாடல்களில் மின்னி ஒளி செய்யப் பாடுகிறார்.

கவிதை புனைகின்றவர்கள், கரடு முரடாகப் புரியாதபடி பாடுவார்கள். அதை மக்கள் விரும்பமாட்டார்கள். ஒரு கவி பாடச் சிலர் மூன்று நாள் வேதனைப்பட்டு, வேதனை வேண்டிக் கஷ்டப் பிரசவம் போல் ஒரு கவி பாடி, 'ம்' என்று ஒரு பெருமூச்சு விடுவார்கள். கண்ணதாசன் வாக்கில், தமிழ் மேகங் குடி கொண்டிருக்கின்றது. நினைத்த மாத்திரத்தில் அமுதம் போல் அரிய பாடல் மழை பொழிகின்றது.

பாட்டில் இனிமையிருக்கின்றது; அழகு இருக்கின்றது; எளிமையிருக்கின்றது; இவைகளுக்கும் மேலே பாட்டில் உயிரோட்டம் இருக்கின்றது.

'பட்டகடன் தீர்ப்பதற்குக்
கட்டிக்கொண்ட பெண்களுக்குக்
கொட்டித்தந்த இன்பம் ஒருகோடி - அதில்
ஒட்டிவந்த ஞானம் ஒருபாதி!'

அணிந்துரை

'தமிழோடிசை பாடல் மறந்தறியேன்' என்று அப்பர் பெருமான் அருளிச் செய்தார். இந்த அமுத வாக்குக்கு முற்றிலும் உரியவர், அன்புச் செம்மல் திரு. கண்ணதாசன் அவர்கள்.

இயல், இசை, நாடகம் என்று மூவகைப்படும் தமிழ். இசை இடையில் நடுநாயகமாக மிளிர்கின்றது. இசைப்பாடல்கள் பலர் பாடுகின்றார்கள். சிலரது பாடல்களில் கருத்து நயம் காண்பதில்லை; சிலருடைய பாடல்களில் ஓசை நயம் காண்பதரிது; சிலருடைய பாடல்களில் பொருட்செறிவு அமைவதில்லை.

திரு. கண்ணதாசன் அவர்களின் பாடல்கள் படிப்போர் உள்ளத்தைப் பரவசம் ஆக்குகின்றன. அதில் தெள்ளு தமிழ் துள்ளுகின்றது. இனிமைத்தேன் வெள்ளம் போல் கரைபுரண்டு ஓடுகின்றது. பொருள் நயம் களிநடம் புரிகின்றது.

உதாரணமாக ஒன்றைக் காண்போம்:

'தைமகள் இன்றே வருகின்றாள் – அத்
தைமகள் இன்றே வருகின்றாள்!'

இந்தப் பாடலை உற்று நோக்குங்கள்.

'அத்தை மகள் இன்றே வருகின்றாள்'

அந்தத் 'தைமகள்' என்பது பொருள்.

'அத்தை மகள்' என்பது ஒரு பொருள்.

'தெருவினில் தேர் ஓடுவதேன்?
தெருத்திண்ணை மெழுகுவதேன்?
அச்சாணியிட்டு!'

'அச்சாணி'யிட்டுத் தேர் ஓடுகின்றது.

பாடல்கள் பளிங்குபோல் ஒளி செய்கின்றன. பண்ணுற்ற பைந்தமிழில் எண்ணற்ற பாடல்கள் அநாயாசமாகப் பாடியுள்ளார்.

பாடல்கள் ஒவ்வொன்றும் வானாறுபோல் - இல்லை தேனாறு போல் ஓடி வருகின்றது. உயிர்களாகிய பயிர்கள் தழைக்கின்றன. சில பாடல்கள் உயிரோவியமாக உலாவுகின்றன.

வானதி பதிப்பகம் **திரு. திருநாவுக்கரசு** நல்ல உள்ளமும் தொண்டு மனப்பண்பும் படைத்தவர். **திரு. கண்ணதாசன்** அவர்களின் பாடல் மணிகளைக் கோத்து அச்சிட்டு வழங்கி உதவினார்.

இப்போது கண்ணதாசன் கவிதைகள் நான்காவது தொகுதியை அதியற்புதமாக வெளியிடுகின்றார்.

மண்ணதியில் சேறு வண்டல் அழுக்கு இவைகள் இருக்கும்; வானதியில் இவைகள் இருக்க மாட்டா.

கண்ணதாசன் கவிதைகளை வெளியிடுவதால், தமிழன்னை உள்ளங் குளிர்கின்றாள். உவகையுறுகின்றாள். இது தமிழன்னைக்குச் செய்த நற்பணியாகும்.

கண்ணதாசன் அவர்களின் கவிதைகளைப் படிப்போர் துன்பமகன்று இன்பமெய்துவார்கள். தமிழின் சுவையைத் துய்ப்பார்கள்.

கண்ணதாசனுடைய கவிதைப் பூங்காவில் நுழைந்து துயர வெப்பந் தீர்ந்து தமிழ்க் கனியுண்டு மகிழ்வார்கள். வாழ்க தமிழ்! வளர்க கவிதை!

நேரிசை வெண்பா

எத்திக்கும் தித்திக்கும் இன்பக் கவிதைகளைச்
சித்திக்கும் வித்தாகச் செப்புகின்றான் – சத்திக்கும்
கண்ணதா சக்கவிஞன் கந்தன் கருணையினால்
வண்ணமுடன் வாழி மகிழ்ந்து.

— கிருபானந்தவாரி

இதனைப் படித்துப் பாருங்கள், எப்படித் தமிழ் இனிக்கின்றது என்பது புலனாகும்.

'மெல்லிய வாழைக்குத் தானீன்ற காய் கூற்றம்.'

இதைப் பாடியவர் சங்க காலத்துப் புலவர் விளம்பிநாகனார்.

இதன் பொருள், 'வாழை, குலை தள்ளியவுடன் அழிந்து விடுகின்றது.'

இந்தக் கருத்தைத் தம் பாடலில் அமைத்துப் பட்டு வேட்டியில் பொன் இழை ஒட்டுவது போல் கண்ணதாசன் கவி பாடுகின்றார்.

'வாழைஇலை தண்டுமலர்
காய்கனிகள் ஆனவுடன்
வாழையடி வாழை ஒன்று ஜனனம் – அது
வந்தவுடன் தாய் விழுந்து மரணம்.'

ஆனால், கவிபாடும் புலவன் மரணம் அடைந்தபின் அவன் புகழ் ஜனனம் ஆகின்றது என்று அழகாகக் கூறுகின்றார்.

'ஒன்றுமட்டும் உண்மை அறிவு
ஊற்றிலொரு பாட்டெழுதும்
செந்தமிழ் மாகவிக்கு மரணம் – அது
வந்தபின்பு தான்பெருமை ஜனனம்.'

இதற்கு முழு எடுத்துக்காட்டு மகாகவி பாரதியார்.

இவ்வாறு, கருத்துக் குவியல்கள் பலப்பல காணலாம் கண்ணதாசன் கவிதைகளில்.

இவர் ஒரு இயற்கைக் கவி. குழந்தை உள்ளம் - குழந்தை உள்ளம் படைத்தவர். இவர் உள்ளத்தில் சூதுவாதுகள் இல்லை. அதனால் இவருடைய உள்ளத்திலிருந்து ஊற்றெடுத்து வரும்

அதைப் படிக்குமுன்
இதைப் படியுங்கள்

என் இனிய நண்பர்களே,

எனது கவிதைகளின் இனிய நான்காவது தொகுதி இது.

அளவில் சிறிது என்றாலும், எண்ணத்தால் வலியது.

முதல் மூன்று தொகுதிகள் ஏராளமான பக்கங்களைக் கொண்டவை.

அவற்றில் அரசியல் அதிகம்.

போற்றுதலும், தூற்றுதலும் அதிகம்.

தனி மனித வழிபாடுகள் அதிகம்.

மரண அவலங்கள், ஓலங்கள் அதிகம்.

செய்திக் கவிதைகள் அதிகம்.

சிறுமொழித் தாக்குதல்கள் அதிகம்.

ஆயினும், அவை காலத்தின் கணிதங்கள்.

இவையோ, உள்மனத்தின் உற்சாக ஓட்டம்.

கட்டுப்பாடில்லாத - யாரையும் தொட்டுத் துன்புறுத்தாத, உணர்ச்சிப் பிரவாகம்.

எல்லாருமே விருப்பு - வெறுப்பின்றி ஏற்கக் கூடியவை.

வாழ்க்கைக் கவிதையிலிருந்து வைத்தியக் கவிதை வரை இதில் காணலாம்.

இந்தத் தொகுப்பு எனக்கே சுவையாக இருக்கிறது.

பெண்களைப் பற்றியும், மதுவைப் பற்றியும், நிர்வாணம் பற்றியும், நான் இறந்துவிட்டால் மற்றவர்கள் எப்படி எழுதுவார்கள் என்பது பற்றியும், கவிதைகள் இதில் அடங்கியுள்ளன.

'வாழத் தெரியவில்லையே' என்று அடிக்கடி நான் குறைப்பட்டுக் கொள்ளும் அவல குணத்தை 'அவிவேக சிந்தாமணி'யில் இருபது பாடல்கள் விவரிக்கின்றன. மற்றும் ஆறு அவிவேக சிந்தாமணிப் பாடல்கள் பொதுப் பொருள்களைப் பேசுகின்றன.

விவேக சிந்தாமணிக்கு எதிர்மறையாக நான் இட்ட தலைப்பே, 'அவிவேக சிந்தாமணி.'

கருணாநிதியை என் காதலியாக்கிக் கவியரங்கில் பாடிய இரண்டு பாடல்கள் -

வியட்நாம் பற்றிய பாடல் -

நான் உயிராக வளர்த்து, மாண்டு போன 'சீசர்' என்ற நாயைப் பற்றிய பாடல்-

மேலும் சில புரட்சிப் பாடல்கள் -

- எல்லாம் இதில் அடக்கம்.

காங்கிரஸ் பிளக்கத் தொடங்கியபோது, நான் உயிருக்குயிராக நேசிக்கும் ஜவாஹர்லால் நேருஜியின் மகள் இந்திராகாந்திக்கு, 'சோஷலிசம்' என்னும் சிவப்புச் சேலை கட்டிப் பார்த்த பாடலே 'செவத்தம்மா.'

மற்றும் சில வேடிக்கைப் பாடல்களும் உண்டு.

இவற்றில் பெரும்பாலானவை கவிதைகள்; காவடிச் சிந்துகள் மட்டுமே இசைப்பாடல்கள்.

கவிதைகளையும் பாடல்கள் என்று அழைப்பது தமிழ் மரபு; விவரிக்க வேண்டியதில்லை.

இந்தக் கவிதைகளையும் பாடல்களையும் சேகரித்து வைத்திருந்து, அச்சுக்குக் கொடுத்துப் பிழை திருத்திக் கொடுத்தவனும் **என் தம்பி இராம. கண்ணப்பனே.**

அழகாக வெளியிட்டவரும் என் அருமை நண்பர் **வானதி பதிப்பகம் திருநாவுக்கரசு** அவர்களே.

கால காலங்களுக்கு இந்த நூல் தமிழர்கள் கையில் தவழும் என்ற நம்பிக்கை உண்டு.

அன்பன்,

கண்ணதாசன்

'விசாலாட்சி இல்லம்,'
16, ஹென்ஸ்மென் ரோடு,
சென்னை - 600 017.

24-9-1971

பொருளடக்கம்

1. பெண்மணீயம் — 13
2. மதுக்கோப்பை — 17
3. நிர்வாணம் — 22

காவடிச் சிந்துகள்
பகுதி : ஒன்று

4. ஜனனம் — 31
5. நட்பு — 33
6. காமம் — 37
7. ஞானம் — 39
8. ஒரு கந்தல் துணியின் கதை — 43
9. ஒரு பானையின் கதை — 47
10. நெருப்பின் மக்களே — 49

பகுதி : இரண்டு

11. கூட்டுப் பண்ணை — 53
12. ரத்தக் கால்வாய் — 55
13. துர்க்மேனிய மலர்கள் — 58

அவிவேக சிந்தாமணி

14. பகுதி : ஒன்று — 61

பகுதி : இரண்டு

15.	நட்பு	85
16.	தலைவர்கள்	86
17.	தேர்ந்தெடு	87
18.	முன்னேறு	88
19.	துணிக!	89
20.	ஐந்தொகை	90

பல்சுவை

21.	?	92
22.	தையல்	93
23.	இனமேது ?	94
24.	அனுபவம் - 1	95
25.	அனுபவம் - 2	95
26.	செவத்தம்மா	96
27.	ஓஹோ ஹோ ஹோ மனிதர்களே!...	99
28.	வியட்நாமில் அமெரிக்கக் கொலைகாரர்கள்	107
29.	இருந்து பாடிய இரங்கற்பா	111
30.	என்னருமை சீசர்	115
31.	நல்வழி	120
32.	காதலி - 1	121
33.	காதலி - 2	129
34.	மனமே உன்னால் !...	139
35.	அனுபவிக்க வயதில்லையே!...	144
36.	பாற்சுவை	149
37.	வங்க தேசமே !...	150
38.	ஊமைக்காயம்	153
39.	ஒரு கிண்ணத்தை ஏந்துகின்றேன்	156

பெண்மணியம்

'வண்ணக் கலையழகு மாளாத சிலையழகு
கண்ணிற் கவியழகு கற்பனைக்குப் பேரழகு
பின்னற் சடையழகு பேதலிக்கும் மார்பழகு
சின்ன நடையழகு சிங்காரக் கையழகு
முன்னம் படைகூட்டி முகப்பளக்கும் மெய்யழகு
எண்ணத் தொலையாத இடையழகு தேவனவன்
பெண்ணைப் படைத்ததற்குப் பின்னழகே மண்ணழகு!"

இப்படி யும்பாடி, 'எல்லாம் சதை எலும்பு
கைப்பிடியிற் சாம்பல் கால்களிலே பெருநாற்றம்
துப்புகிற எச்சில் தொடையெல்லாம் நோய்வெளுப்பு
மைப்பிடித்த கண்ணில் வழிகின்ற சீழ்வீச்சம்
பொய்ப்பார்வை ஆறாத புண்ணே நடுச்சங்கம்
தப்பிவிடு பாவைத் தடத்தை மறந்துவிடு'
என்றும் கவிபாடி என்முன்னோர் போயொழிந்தார்!

எத்தைநான் நம்புவதோ? எதில்மனதை நாட்டுவதோ?
தத்தைச் சிரிப்புக்கும் தத்தளிக்கும் மார்புக்கும்
மெத்தைச் சுகத்துக்கும் மேலெழுமோர் வேட்கைக்கும்
பத்துத் தரம்பார்த்தும் தீராத பார்வைக்கும்
சுற்றிச் சுழன்றடிக்கும் சூறா வளிபோலப்
பற்றிஇழுத் தென்னைப் பம்பரம்போல் ஆடவைக்கும்

கற்றைக் குழலுக்கும் காலெடுத்த வாழைக்கும்
ஏங்கிக் கிடந்திட்ட இரவுகளை நினைப்பேனா?
வாங்கிக் கொடுத்த வளத்தின் மகிழ்வேனா?

கட்டிலிலே காதற் கனியை அணைத்தபடி
சிட்டுக் குருவியெனத் தீராமல் தீராமல்
கட்டிப் பிடித்தும் கனியமுத்தம் கொடுத்தும்
விட்டுவரும் மூச்சினிலே வீசும் கனலோடு
தொட்டபடி தூங்கும் தொடர்கதையின் மகிழ்வேனா?
குடலில் மலமென்றும், குருதியிலே நாற்றமென்றும்,
உடலைச் சதையென்றும், உட்புறத்தைக் காயமென்றும்
சுடலைக்குப் போகின்ற சோற்றுத் துருத்தியென்றும்
வாழ்வை முடிப்பேனா? மாமுனிவன் ஆவேனா?

வீழ்ந்தால் பெருங்காமம் விட்டுவிட்டால் மெய்ஞானம்
ஆழ்ந்துணர்ந்த பேர்க்கோ அதுவே திருஞானம்!
சூழ்ந்தும் பிடித்தும் தூக்கியணை யிற்போட்டும்
தாழ்ந்தும் இதழெச்சில் சாரங் குடித்தபடி
வாழ்ந்தாலோ சிற்றின்பம்! மனமே சிறுமனமே!
எதனைநீ தேறுவதோ? எதனாலே ஆறுவதோ?
இதனை இதனால் இவர்முடிப்பார் என்றேதான்
அதனை இதனை அங்கங்க ளாக்கிவைத்தான்!
இதனை மறைத்தால் எதுபிறக்கும்? அதனாலே
எதனை அணைத்தால் எதுகிடைக்கும் என்றெல்லாம்
அங்கொருகால் இங்கொருகால் ஆடும் குறுமனமே!
தேகத்தை வைத்தும், சிற்றிடையார் பால்தோன்றும்

மோகத்தை வைத்தும் முற்றான முழுதான
வேகத்தை வைத்தும் விசைதட்டும் பாணியிலே
தாகத்தை வைத்தும் சமைத்தானே இவ்வுடலை!
ஏன்வைத்தான்? வைத்தானே, இதனை மறப்பாரே
தான்பெரியார் என்னும் தர்மத்தை ஏன்வைத்தான்?
என்ன படைப்போ? என்னஇவன் பேரறிவோ!
பகுத்தறி வில்லாமல் பதவிக்கு வந்தவன்போல்
வகுத்ததெல்லாம் முரண்பாடு! வாழ்க்கை இதுவென்று
தொகுத்துரைத் தானாநம் தொல்லை தவிர்த்தானா?
பெண்களை விட்டென்ன பேரின்பம்; வழிகாட்டும்
கண்களை விட்டென்ன கடவுணெறி; ஒன்பதுவாய்ப்
புண்களை விட்டென்ன புதுப்பார்வை; அனுபவிக்கும்
எண்களை விட்டென்ன இசைத்தருமம்; போடாபோ!
காமுகனும் மாண்டான், கடவுள் நெறிபேசும்
மாமுனியும் மாண்டான்! மற்றிதிலே யார்பெரியார்?
நாமுடலைப் பார்ப்போம்! நமதுடலைப் பெண்
பார்ப்பாள்!
சாமி நமதுசுகச் சரித்திரத்தைப் பார்க்கட்டும்!

பெண்மணீ! உன்னைப் பெரிதாய் மதிக்கின்றேன்!
கண்மணீ! உந்தன் காலை வணங்கு கின்றேன்!
உன்மணி வாய்ச்சாரம் ஊற்றிக்கொடு, தினமும்
என்மணி வாயோடு இணைந்தே கிடந்துவிடு!
கிண்ணத்தில் மதுவூற்று; கிண்ணென்னும் போதையிலே
எண்ணங்க ளெல்லாம் இதழில் ததும்பட்டும்!
வண்ணத்தைக் காட்டு! வடிவம் முழுவதையும்

கண்ணாலே பார்க்கின்றேன்! கண்ணாடி மேனியிலே
சிற்றெறும்பு போலச்சிற் றணுக்கா லத்தனையும்
ஒவ்வொன்றாய்ப் பார்த்தே ஓடித்திரி கின்றேன்!
ஆரத் தழுவுகின்றேன்; ஆவி உடலேறிச்
சாரத் தழுவுகிறேன்; சந்நிதியே! தெய்விகமே!
ஏட்டில் எழுதாத எழுத்தையெல்லாம் உன்னுடலில்
பாட்டாய் எழுதுகிறேன் பள்ளித் திருமயிலே!
அர்த்தமிலா வார்த்தையெலாம் அங்கே பிறக்குமடி!
கண்ணே! என்கண்ணே! ஐயோஎன் கட்டழகே!
சக்தியிலான் பேசும் தத்துவம்போல் இறுதியிலே
முக்தியிலே நானும் மூழ்கித் தவிக்கின்றேன்!
மதுவே வா! மயிலே வா! வாழும் காலம்வரைக்கும்
புதியதுவாய்த் தோன்றும் பொருளே வா! எப்போதும்
என்னுடனே நீங்கள் இருவர் இருப்பீரேல்
பொன்னுலகம் காண்பேன்! பொங்கும் கவிமழையில்
மண்ணுலகைத் தோய்த்து மயக்கம் பிறக்க வைப்பேன்!

பைரன் தழுவாத பாவையரே! பாரசீகப்
பாவலனும் சேராத பைங்கிளிகாள்! என்னையொரு
வைரம்போல் உங்கள் மார்பினிலே சூடுங்கள்!
ஓர்கையிலே மதுவும் ஓர்கையிலே மங்கையரும்
சேர்ந்திருக்கும் வேளையிலே ஜீவன் பிரிந்தால்தான்
நான்வாழ்ந்த வாழ்க்கை நலமாகும்; இல்லையெனில்
ஏன்வாழ்ந்தாய் என்றே இறைவன் எனைக்கேட்பான்!

❋❋❋

மதுக்கோப்பை

ரசமான தத்துவம் ரசமான தத்துவம்
ராட்சசச் சிந்தனை கள்
ரகமான கோப்பையில் சுவையான மதுவிலே
ரகசியத் தேவ கீதம்
அசலான காவியம் அழகான ஓவியம்
ஆயிரம் பத்து லட்சம்
அடிவானம் பூமியில் கடலாடு கின்றபோல்
அடிபோடும் போதை உள்ளம்
வசமான பெண்மையும் வளமான கிண்ணமும்
வாழ்க்கையில் உள்ள மட்டும்
வாராது வஞ்சகம் வாராதிங் கென்னிடம்
வாராது மரண பயமே!

சொர்க்கத்து ரம்பையும் மேனகை ஊர்வசித்
தோகையும் நடன மாட
துள்ளிக் குதிக்குமோர் வெள்ளலைக் கடலந்தத்
தோதுக்குத் தாளம் போட
வெட்கச் சிரிப்பைஎன் மார்பில் புதைக்கின்ற
மெல்லியல் முத்தம் சிந்த
வேதாந்த ஞானமும் நாதாந்த போதமும்
விழிகளிற் சிவந்து காண
பக்கத்து மல்லிகைத் தோட்டம் புகுந்தென்றல்
பாதந் தலைகள் வருட
பாடுவேன்! பாடுவேன்! பாடுவேன் நெஞ்சினைப
பாராது மரண பயமே!

சுட்டெரித் தாலிந்த மேனியும் சாம்பலாய்ச்
சுடுகாட்டு மண்ணி லுருளும்!
சுவையான பாடகன் போயினான் எனச்சொல்லிச்
சொந்தமும் வீடு செல்லும்!
கட்டைக்கு வாய்க்குமோர் பயன்கூட மானிடக்
கட்டைக்கு வாய்ப்ப தில்லை!
கண்மூடி மேனியை மண்மூடு முன்னமே
காலத்தை அனுப விப்பேன்!
தட்டத்திலே கிண்ணம் மதுவைத் தெடுத்துவா
தங்கமே! பக்கம் நின்று
தழுவாத மேனியைத் தழுவுநீ எப்போதும்
சாராது மரண பயமே!

நிர்வாண மேனிதான் இறைவன் கொடுத்ததே
நிர்வாணம் இறுதி யாகும்!
நில்லாத பருவமே நிமலன் கொடுத்ததே
நில்லாமை உறுதி யாகும்!
சர்வாங்க மெங்கணும் சாற்றைப் படைத்தவன்
தத்துவம் இன்ப மாகும்!
சரியாய் ரசிக்காத மூடர்கள் வாழ்வினும்
சாவுதான் பெருமை யாகும்!
தர்மாதர் மம்எலாம் சாவுக்குப் பின்னரே
தங்கமே கிண்ண மெங்கே?
சரிபாதி நீயுண்டு தருவாய்என் கையிலே
தழுவாது மரண பயமே!

பொய்யரைப் புல்லரைப் புறம்பேசு வாரைஓர்
பொழுதில் மறக்க வேண்டும்
பூமியைத் தேவனைப் போதையின் நடுவிலே
பொருளோடு பார்க்க வேண்டும்
தையலைச் செவ்விதழ்த் தாமரைப் பூவினைத்
தையல்போட் டுண்ண வேண்டும்
சாற்றிலும் பூந்தென்றல் காற்றிலும் என்னுளம்
சங்கீதம் பாட வேண்டும்;
ஐயகோ! காலமே போகின்ற தையகோ
அருகில்வா மதுக்கிண் ணமே!
ஆண்டவன் நேர்வந்திங் கழைத்தாலும் என்னையே
அணுகாது மரண பயமே!

காற்றென்று நாயகன் விட்டதுங் காற்றல்ல
கள்ளுண்டு வந்த மூச்சு!
கவியென்று பாவலன் தந்ததுங் கவியல்ல
கள்ளூறி வந்த பேச்சு!
கூற்றென்ற பாதகன் கூப்பிடும் முன்னமே
கொஞ்சினால் என்ன போச்சு!
குடிவாழ்க்கை என்பதன் பொருளே இதென்றுநான்
கூறினால் என்ன ஆச்சு!
நேற்றைக்கும் நாளைக்கும் நடுவிலே இன்றுநான்
நினைப்பவை எனது வசமே!
நிழலாடும் கிண்ணமே நீயுள்ள வரைஎன்னை
நெருங்காது மரண பயமே!

பாடையில் உடல்வைத்துப் பன்னீர் தெளிப்பவர்
பலவகை மலர்போ டுவார்
பாடைக்குப் போகுமுன் பன்னீர் குடித்துநான்
பலவகை மலர்சூ டுவேன்!
ஆடையால் உடல்போர்த்தி நாலுபேர் தூக்குவார்
அழுவார்கள் சுற்றி வருவார்
ஆடையும் நாலுபேர் ஆசையும் கூட்டிநான்
அதற்குமுன் அனுப விப்பேன்!
தாடையில் அணைகட்டி வாயிதழ் விளிம்பிலே
தாங்குவாய் மதுக்கிண் ணமே!
சம்சார மும்மதுச் சாரமும் உளவரை
தழுவாது மரண பயமே!

கண்டாலும் போதையில் கள்ளாய் இனிப்பதே
கன்னியர் பருவ மாகும்!
கைப்பட்ட வேளையில் கனியாய் இனிப்பதே
காதலின் வடிவ மாகும்!
உண்டாலென் நெஞ்சிலே ஊற்றாகி நிற்பதே
உயர்மதுச் சார மாகும்!
உலகம் பிறந்ததே இரண்டிலுந்தா னிந்த
உண்மையே தெய்வ மாகும்!
வண்டாகி வானிலே வலம்வரும் படிஎன்னை
வைக்கின்ற மதுக்கிண் ணமே!
வாராய்! நின் ஊற்றிலே ஆடாத வர்க்கெலாம்
வாழ்க்கையே மரண பயமே!

நிர்வாணம் – ஒரு விளக்கம்

ஆடையை விலக்கி விட்டால் உடல் நிர்வாணம்.

ஆசையை விலக்கி விட்டால் உள்ளம் நிர்வாணம்.

பற்றற்ற வாழ்க்கையை நிர்வாணம் என்றார்கள் அன்றைய ஞானிகள். பரிதாபத்துக்குரிய இந்து சந்நியாசிகளோ ஆடை இல்லாமல் ஊர்வலம் போவதென்று அதற்குப் பொருள் கொண்டார்கள்.

நான் நினைப்பது வேறு.

மூடி இல்லாத விளக்கை நிர்வாண விளக்கு என்கிறோம்; ஆனால் அந்த விளக்கு எரிந்து கொண்டிருக்கிறது.

அதுபோல் நான் நினைப்பது பற்றுள்ள நிர்வாணம்.

ஒரே உள்ளத்தோடு அன்பு, காதல், பாசம், இரக்கம் உள்ள மனிதனாக, எவனுக்கும் தீங்கில்லாத வாழ்க்கை வாழ்வதே நான் கூறும் நிர்வாணம்.

சிக்கலகளைக் களைந்து போடும் நிர்வாணம், தெளிவாக வாழும் நிர்வாணம்.

ஒரு நினைவில் மறுநினைவு குறுக்கிடாத நிர்வாணம்.

சந்தோஷமான வாழ்க்கையையே நான் நிர்வாணம் என்கிறேன்.

நிர்வாணம்

வெட்டவெளிப் பொட்டலிலே
வேதாந்த மானவித்து
விட்டெழுந்த பூமரங்கள்
விளைத்ததெலாம் நிர்வாணம்!

கட்டெடுத்த மேகங்கள்
கடல்நீர் குடித்தெழுந்து
கட்டவிழ்ந்து போனக்கால்
கனத்தமழை நிர்வாணம்!

மேகமிலா வானகமும்
விண்மீனும் வெண்ணிலவும்
வீதியுலாக் கொண்டபடி
விளங்குவதும் நிர்வாணம்!

காகங் குருவியொடு
காட்டுவிலங் கத்தனையும்
தேகந் திறந்தபடி
திரிவதும் நிர்வாணம்!

கையிருந்து பெண்ணொருத்தி
    காமச் சுகந்திளைக்கப்
பையிருந்து பூமிவிழும்
    பாலகனும் நிர்வாணம்!

ஐயனொடு தேவியரும்
    ஆதிமுதற் காதலரும்
வெய்யிலே ஆடையென
    விளங்கியதும் நிர்வாணம்!

ஏகம் பரம்பொருளால்
    இயங்கும் புவியனைத்தும்
தாகந் தணிவதற்குத்
    தழுவுவதும் நிர்வாணம்!

ஆடை களைந்தெடுத்த
    ஆரணங்கை மெத்தையிட்டு
வாடையுள மேனி
    வளைத்தெடுக்கும் நிர்வாணம்!

பாதாதி கேச
    பரியந்தம் மெய்தழுவிக்
கோதாது கோதிக்
    குலவவிடும் நிர்வாணம்!

வாழைத் தொடைமருங்கில்
    வளர்அல்குல் செவ்விதழை
ஏழைபோல் பார்த்திருந்து
    ஏங்கவிடும் நிர்வாணம்!

போராடித் தீர்ந்தவுடன்
    போயறையு ளேஇருந்து
நீராடும் வேளையிலும்
    நினைவிழந்த நிர்வாணம்!

காமப்பால் தீர்ந்தபின்பு
    கண்ணில் திரைவிழுந்து
ஞானப்பால் தேடுவதும்
    நல்லபுத்தி நிர்வாணம்!

முற்றிப்போய் மேனி
    முளைவித்த நோய்களினால்
பற்றற்றேன் என்று
    பதறுவதும் நிர்வாணம்!

ரோமக்கால் ஆசையிலும்
    ரோஜாக்கள் வாடையிலும்
ரோகக்கால் கொண்டவுடன்
    நோய்கொடுக்கும் நிர்வாணம்!

பூவென்று பெண்தழுவிப்
 பொய்யென்று போனவுடன்
'பூ'வென்று துப்பிவிட்டுப்
 புலம்பியழும் நிர்வாணம்!

மாற்றுப்பொன் என்றே
 மயங்கிக் கிடந்தபின்பு
நாற்றப்பை என்றே
 நழுவிவரும் நிர்வாணம்!

கோடானு கோடியென
 கொட்டிக் குடித்தழித்து
பாடாது பாடிமனம்
 பரிதவிக்கும் நிர்வாணம்!

சக்தியெல்லாம் போனபின்னர்
 சர்வேஸ் வரனிடத்துப்
புத்தியினைத் தூதுவிட்டுப்
 பொறுமைகொள்ளும் நிர்வாணம்!

'சொந்தம் சுகமுமிலை
 சுற்றம் எதுவுமிலை
கந்தா'என்றே அவனைக்
 கனிந்தழைக்கும் நிர்வாணம்!

'கோவணமும் பாரம்
    குடித்தனமும் பாவ'மெனக்
காவனத்து நாயகனைக்
    காணவரும் நிர்வாணம்!

சாவுவரப் பார்த்துத்
    தணிகா சலத்தானை
கூவிஅழைத் தேங்கக்
    கூடவரும் நிர்வாணம்!

பட்டஉடல் தூக்கிப்
    பன்னீர் தெளித்தெடுத்துச்
சுட்டெரிக்கும் போதும்
    தொடருதடி நிர்வாணம்!

நிர்வாணத்தே தொடங்கி
    நிர்வாணத்தே முடியும்
சர்வாங்க வாழ்க்கை
    சாரமென்ன சொல்வேன்டி!

பாலாடை மேனியினைப்
    பட்டப் பகலில்மட்டும்
நூலாடை போர்த்திவரும்
    நோட்டமெலாம் கண்டேன்டி!

புத்தியி லேமட்டும்
        புடவை இல்லாமல்
சுற்றி உடல்சேலை
        சுமப்பதைநான் கண்டேன்டி!

கண்ணிரண்டை என்றும்
        கடைதிறக்க விட்டுவிட்டுப்
பெண்ணுடலில் ஆடை
        மின்னுவதைக் கண்டேன்டி!

எல்லாம் விட்டுவிட்டு
        ஏகத் தலைவனின்பால்
செல்லுகின்ற வேளையிலும்
        தெளிவின்மை கண்டேன்டி!

புத்தபிரான் நிர்வாணம்
        புனிதம் உரைத்ததடி!
முத்தர்களின் நிர்வாணம்
        முக்திவழி சொன்னதடி!

சத்தியத்தை நெஞ்சில்
        சரியாய் நிறுத்திவிட்டால்
புத்தியிலே நிர்வாணம்
        பொலிவாய் பொலியுதடி!

நிலத்தை வெறுக்காத
    நிர்வாணம் கூடுமடி
நெருங்கும் உறவினிலும்
    நிர்வாணம் காணுமடி!

ஞானகுரு தேசிகனின்
    நானிலத்தை என்ஞானம்
ஆனவரை பார்த்தபின்பு
    அறிந்துகொண்ட உண்மையடி!

முதலிலே நிர்வாணம்
    முடிவினிலும் நிர்வாணம்
இடையில் ஒருமதியே
    இலைமறைகாய் நிர்வாணம்!

சந்யாசி நிர்வாணம்
    சஞ்சலத்தில் வந்ததடி
சம்சாரி நிர்வாணம்
    தர்மத்தாய் தந்ததடி!

பண்பாடு கண்டும்
    பரிவும் இரக்கமென்றும்
இன்பமென வைத்திருந்தால்
    இகமே பரமடியோ!

* * *

காவடிச் சிந்துகள்

பகுதி : ஒன்று

ஜனனம்

சங்கமத்தில்
　　　பங்குகொள்ளும்
　　　　　　மங்கைமலர்ப்
　　　　　　　　பங்கயத்தில்
தங்கமணிப் பிள்ளை ஒன்று ஜனனம் - அது
தங்கடமை தீர்க்குமுனம் மரணம்!

சேற்றிலொரு
　　　செங்கழுநீர்
　　　　　　ஏற்றுமணித்
　　　　　　　　தீபமெனச்
சாற்றிவைத்த வண்ணமலர் ஜனனம் - அது
தன்னழகி னாலடையும் மரணம்!

உண்டபணக்
　　　காரனவன்
　　　　　　தொந்தியென
　　　　　　　　விம்மிவரும்
நண்டிலொரு பிள்ளைநண்டு ஜனனம் - அதைக்
கண்டவுடன் பெற்றநண்டு மரணம்!

வாழை, இலை
தண்டுமலர்
காய்கனிகள்
ஆனவுடன்
வாழையடி வாழைஒன்று ஜனனம் - அது
வந்தவுடன் தாய்விழுந்து மரணம்!

ஆடுகட லோடுசிப்பி
யூடுபள்ளி
கொண்டிருந்து
பாடுமணி முத்தமொன்று ஜனனம் - அதை
நாடுபெறச் சிப்பிபெறும் மரணம்!

தோன்றிவரும்
அத்தனைக்கும்
ஊன்றுமிடம்
உண்டெனினும்
சான்றுசொலும் காலமதன் முடிவை - இதில்
தப்பியவர் யாருமில்லை அழிவை!

ஒன்றுமட்டும்
உண்மைஅறி
வூற்றிலொரு
பாட்டெழுதும்
செந்தமிழ் மாகவிக்கு மரணம் - அது
வந்தபின்பு தான்பெருமை ஜனனம்!

***

நட்பு

சோற்றுக்(கு) அலைகின்ற
நாயைப் பிடித்ததைச்
சொர்க்கத்தில் வைத்தாலும் - அது
நாற்றமலந் தின்னப்
போகுமென்னுங் கதை
நாமறிவோம் நெஞ்சே! - நன்னெஞ்சே,
நாமறிவோம் நெஞ்சே!

கூனற் கழுதைக்குச்
சேணங்க ளிட்டதைக்
கோவிலில் வைத்தாலும் - அது
கானம் படிப்பதை
விட்டுவி டாதென்று
நாமறிவோம் நெஞ்சே! - நன்னெஞ்சே,
நாமறிவோம் நெஞ்சே!

சாக்கடைப் பன்றிக்குப்
பூக்கடை வாசத்தின்
சாத்திரம் சொன்னாலும் - அதன்
போக்கிடம் என்பது
சாக்கடை தானென்று
நாமறிவோம் நெஞ்சே! - நன்னெஞ்சே,
நாமறிவோம் நெஞ்சே!

கவிஞர் கண்ணதாசன் கவிதைகள்

கள்ளிச் செடிதன்னைத்
    தோட்டத்திலே வைத்துக்
கண்களில் காத்தாலும் - அது
    முல்லைமலர் ஒன்று
தந்து விடாதென
    நாமறிவோம் நெஞ்சே! - நன்னெஞ்சே,
நாமறிவோம் நெஞ்சே!

கன்ன மிடுகின்ற
    கள்வனுக்குக் கொஞ்சம்
அன்ன மிடும்போதும் - அவன்
    அன்னத்திற்குள் கன்னக்
கோலை மறைப்பதை
    நாமறிவோம் நெஞ்சே! - நன்னெஞ்சே,
நாமறிவோம் நெஞ்சே!

காற்பண மாயினும்
    கஷ்டப் படாமலே
கவர்ந்திடும் கள்வனவன் - தினம்
    ஊர்ப்பணத் தாலேதன்
உடம்பை வளர்ப்பதை
    நாமறிவோம் நெஞ்சே! - நன்னெஞ்சே,
நாமறிவோம் நெஞ்சே!

ஏழைக்கும் செல்வர்க்கும்
    மேனியிலே தொந்தி
எட்டில் ஒருபங்கு - தினம்
    ஏய்த்துப் பிழைக்கின்ற
நாய்களுக்கு மட்டும்
    நாலில் ஒருபங்கு! - நன்னெஞ்சே,
நாலில் ஒருபங்கு!

ஈரடி பாய்ந்தவன்
 அப்பனென் றால்மகன்
ஏழடி பாய்வானாம்! - அது
 யாரடி யாயினும்
காரிய மாயிடச்
 சேவடி கொள்வானாம்! - நன்னெஞ்சே,
 சேவடி கொள்வானாம்!

பனை மரத்துக்குத்
 தண்ணி ஒருதரம்
பாய்ச்சிவிட் டால்போதும் - அது
 தனைவ ளர்த்துத்தன்
தலையில் நுங்கினைத்
 தந்து விளையாடும்! - நன்னெஞ்சே,
 தந்து விளையாடும்!

தென்னை மரத்துக்கு
 அடிக்கடி கொஞ்சம்
தீர்த்தம் விடவேண்டும்! - அந்தத்
 தீர்த்தம் இனிப்பையும்
சேர்த்துக் கொண்டுவரும்
 காத்திருக்க வேண்டும்! - நன்னெஞ்சே,
 காத்திருக்க வேண்டும்!

வாழை மரத்துக்கு
 நாளுக்கு நாள்தண்ணி
வார்த்தபின் னாலடியோ - அது
 பூவை, பழத்தை
இலையைக் கொடுப்பது
 போட்ட கடனடியோ! - நன்னெஞ்சே,
 போட்ட கடனடியோ!

நண்பரிலே பனை
 தென்னை வாழையென்று
நாலுவிதங் களுண்டு - அவர்
 நன்றியிலும் செய்யும்
நன்மையிலும் இந்த
 மூன்றுவகை களுண்டு - நன்னெஞ்சே,
 மூன்றுவகை களுண்டு!

நான்கண்ட நண்பர்கள்
 மூன்று வகையல்ல
நாலாம் வகையடியோ! - அவர்
 வாங்கிக்கொள் வார்ஒரு
நன்றி சொல்லார்! அது
 வாழும் முறையடியோ! - நன்னெஞ்சே,
 வாழும் முறையடியோ!

இப்படிப் பட்டவர்
 நாட்டில் பிறந்தது
என்ன குலமுறையோ? - இவர்
 நட்பினில் நான்செய்த
பாவந் தொலைவது
 எந்தத் தலைமுறையோ! - நன்னெஞ்சே,
 எந்தத் தலைமுறையோ!

***

காமம்

தோட்டத்திலே தென்னை இரண்டு - முற்றித்
 திரண்டு - பக்கம்
 உருண்டு - கண்ணில்

தூக்கி நிறுத்திய விருந்து! - அதைத்
தொடவோடிய விழியோ டொரு
விழிமோதிய கணமே என்னைத்
தாக்கித் தகர்த்தவை இரண்டு! - முற்றித்
 திரண்டு - பக்கம்
 உருண்டு - என்னை

தாங்க அழைத்திட்ட விருந்து! - சிறு
கொடியாகிய இடைமே லதன்
எடைமீறிய படைவீ டுகள்
பார்த்ததும் நான்கொஞ்சம் மிரண்டு - நெஞ்சம்
 மருண்டு - கண்கள்
 இருண்டு - மெல்லப்

பாடிய பாட்டுக்குச் சரிந்து - வெள்ளிப்
பாலாடையின் மேலோடிய
மேலாடைகள் கீழோடவும்
காட்சிக்கு நின்றது கனிந்து - அச்சம்
 கலந்து - வேர்வை
 நனைந்து - அர

சாட்சிக்கு வந்தது பணிந்து ! - அது
சங்கோ மதன்பங்கோ இலை
எங்கோன் முடிசெங்கோல் பெரும்
கொற்றக்குடை உச்சி முகப்போ - தள
         தளப்போ - பள
              பளப்போ - அந்தக்
கோடைமலை பெற்ற வனப்போ! - வண்ணத்
திரை மூடிய மணிமாளிகை
வரை ஓடிய கரநாடகம்
உச்சித் தலைவரை மயக்க - நெஞ்சைக்
         கலக்க - மேனி
              துடிக்க - ஆசை
ஊறிய தெவ்விதம் விளக்க! - அங்கு
இதழோடிரு இதழ் பேசிய
கதையோடுயிர் அதை நாடவும்
சாய்ந்து விழுந்தது மனது! - சுகம்
         புதிது - அதில்
              சிறிது - பெறத்
தாழ்ந்து தழுவிற்று வயது - அது
தடைமீறிய படையா கவும்
மடைமீறிய சுவையா கவும்
தெய்வத் திருமகன் கோயில்! - அந்தப்
         பூவில் - அவள்
              தேரில் - வந்து
தெரிசனம் தந்தது நேரில் - இனி
அவள் யாரென வருவேன் - அவள்
கவிதா எனும் அமுதானவள்! - தோட்டத்திலே...

***

ஞானம்

காதலெனும் போதையுற்று
மாதர்சுக வாதைபட்டுக்
காமரசம் கொண்டதடி மஞ்சம் - இன்று
ஞானரசம் தேடுதடி நெஞ்சம்!

காய்த்தெழுந்து விம்மிநின்று
வாய்த்தஇளம் கொங்கைதன்னில்
சாய்த்தமுகம் உண்டதொரு பானம் - தலை
சாயுமுனம் வந்ததடி ஞானம்!

நூலிடையின் கீழழுந்தி
ஆலிலையின் மேல்விழுந்து
ஆயகலை கொண்டதொரு காலம் - இன்று
நோய்வழியில் வந்ததடி ஞானம்!

முத்தமென்றும் மோகமென்றும்
சத்தமிட்டுச் சத்தமிட்டுப்
புத்திகெட்டுப் போனதொரு காலம் - இன்று
ரத்தமற்றுப் போனபின்பு ஞானம்!

நாடித்துடிப் புள்ளமட்டும்
நாடிவந்த மங்கையர்கள்
தேடித்தந்த இன்பம்ஒரு கோடி - இன்று
சேர்ந்ததடி ஞானம்என்னைத் தேடி!

கல்விழுந்த கேணிவெள்ளம்
தன்னில்வந்த பேரலைபோல்
பல்விழுந்த பின்புவந்த ஞானம் - இது
பாட்டிழந்த பின்புவந்த கானம்!

கட்டிலிலும் மெத்தையிலும்
காலமறி யாதிருந்து
தட்டிவிட்ட பந்துவிளை யாட்டு - உடல்
கெட்டபின்பு வந்ததடி பாட்டு!

வெட்டுப்பட்ட புண்களிலும்
விம்மிநின்ற கட்டியிலும்
கட்டுப்பட்டு நின்றதொரு காலம் - இன்று
கொட்டுவது ஞானமென்னும் மேளம்!

மேனிபட்ட பாடும்பல
ராணிபட்ட பாடும்என்னை
ஞானியெனச் செய்ததடி இன்று - எமன்
நாளைவந்த போதும்அது நன்று!

கார்கருத்த கூந்தல்இன்று
சீர்வெளுத்துப் போனபின்பு
நீர்வெளுப்பை எண்ணுதடி நெஞ்சு - இன்று
தீயெரிக்க வீழ்ந்ததொரு பஞ்சு!

பொன்னிநதி யவ்வளவு
போனரத்தம் போனபின்னர்
கன்னியரை ஏசுதடி உள்ளம் - இது
காலிடறி யானைவிழும் பள்ளம்!

பட்டகடன் தீர்ப்பதற்குக்
கட்டிக்கொண்ட பெண்களுக்குக்
கொட்டித்தந்த இன்பம்ஒரு கோடி - அதில்
ஒட்டிவந்த ஞானம்ஒரு பாதி!

கூட்டிவந்த இன்பமெல்லாம்
ஏட்டுக்கணக் காகநின்று
வாட்டுதடி மேகபடம் போட்டு - அதை
நாட்டுதடி ஏட்டில்எந்தன் பாட்டு!

ஆடும்வரை ஆடிஉடல்
ஆடுகின்ற காலம்வந்து
தேடுதடி தேவனவன் வீட்டை - அவன்
தேடவில்லை இன்னும்எந்தன் ஏட்டை!

பத்திரண்டி லேதொடங்கி
சக்தியுள்ள காலம்வரை
முற்றுமொரு காமசுகம் பயில்வான் - பின்பு
முக்திஎனும் ஞானமஞ்சம் துயில்வான்!

காட்டுவதைக் காட்டிரசம்
கூட்டிவைத்த பெண்மைஎன்னை
வாட்டுதடி நோய்வடிவில் வந்து - அது
கூட்டுதடி ஞானமென்னும் சிந்து!

***

ஒரு கந்தல் துணியின் கதை

கரிசல் காட்டுக் கழனியில் சில
கால்கள் உழுத உழவு - சில
கைகள் கனிந்த கனிவு - குடிசை
எரிக்கும் விளக்கின் ஒளியைப் போல
இலைகள் இரண்டு வரவு - அதில்
இயற்கை கலந்த அழகு!

பருத்தி என்றொரு செடி வளர்ந்தது
பருவப் பெண்ணைப் போலே - அந்தக்
கரிசல் கழனி மேலே - அது
சிரித்த அழகில் காய் வெடித்தது
சின்னக் குழந்தை போலே - அந்த
வண்ணச் செடியின் மேலே!

பருத்தி யெடுத்துக் கொட்டை பிரித்ததும்
பஞ்சுக் குவிய லாச்சு - 'மில்'லைப்
பார்க்கப் பயணம் போச்சு - அதைத்
திருத்தி யெடுத்துப் பார்க்கும் போது
சின்ன இழைக ளாச்சு - நூல்
என்னும் பெயர்உண் டாச்சு!

அழகு வண்ணம் கலந்து நெய்ததில்
ஆடை வந்தது மெல்ல - பலர்
மானம் காத்துக் கொள்ள - இடை
குழையும் மாதர் உடலி லேறிக்
கோலக் கவிதை சொல்ல - உடல்
மூடி அணைத்துக் கொள்ள!

அந்தத் துணியில் ஒன்று கிழிந்து
அடுப்பங் கரைக்கு வந்து - தான்
படிக்கு திந்தச் சிந்து - தன்
சொந்தக்காரர் பலரை எண்ணித்
துடிக்குது மனம் வெந்து - கதை
சொல்லுது தன்னை நொந்து!

வாழும் நாளில் வாழ்ந்த என்னை
வைத்த இரும்புப் பெட்டி - இன்று
உதைக்கும் என்னை எட்டி - நிலை
தாழ்ந்தபோது மனிதர் கூட
உடைந்த பானை சட்டி - யார்
உறவு கொள்வார் ஒட்டி?

என்னை ஒருத்தி இடையி லேற்றி
இருந்த காலம் உண்டு - அவள்
மணந்த கணவன் கண்டு - அவள்
கன்னத்தோடு என்னைச் சேர்த்து
கலந்த காலம் உண்டு - அது
இறந்த காலம் இன்று!

சலவை செய்து வாசம் போட்டுத்
தங்கம் போல எடுத்து - பின்
அங்கம் பொலிய உடுத்து - தன்
நிலைமை மாறிக் கிழிந்த பின்பு
நிலத்தில் என்னை விடுத்து - சென்றார்
நீண்ட கதை முடித்து!

சுட்ட சோற்றுப் பானை சட்டி
தூக்கி இறக்க வந்தேன் - என்
தூய உடலைத் தந்தேன் - நிலை
கெட்டுப் போன செல்வர் போலக்
கேள்வி யின்றி நின்றேன் - இன்று
கேலி வாழ்க்கை கண்டேன்!

பந்தல் போட்டு மணம் முடித்த
பருவ உடலில் துள்ளி - வாழ்ந்த
பழைய கதையைச் சொல்லி - ஏங்கும்
கந்தல் கதையைக் கேட்ட பின்பும்
காலம் அறிந்து கொள்வீர்! - வாழ்வைக்
காவல் காத்துக் கொள்வீர்!

மேனி யழகும் காசு பணமும்
இருக்கும் வரைக்கும் லாபம் - அதை
இழந்து விட்டால் பாபம்! - பின்
ஞானி போலப் பாட வேண்டும்
நாய்க ளுக்கும் கோபம் - அதுதான்
நான் படிக்கும் சோகம்!

கந்த லுக்கும் வாழ்வு வரும்
காலம் ஒன்று உண்டு - ஒரு
கையளவு துண்டு - மேனிப்
பந்தல் தன்னை மூடிக் கொள்ள
வேண்டும் வேண்டும் என்று - ஏழை
வேண்டி நிற்பான் அன்று!

கோவ ணமாய் ஆன போதும்
கொள்கை எனக் குண்டு - மானக்
கோட்டை காப்ப தென்று - இன்று
கேவலமாய் ஆன போதும்
கேள்விக்குறி ஒன்று! - பதில்
கேட்கிறது நின்று!

***

ஒரு பானையின் கதை

அன்றொருநாள் அந்தக் கண்ணனுக்குத் தயிர்
அள்ளிக் கொடுத்தது நானே! - சோ(று)
ஆக்கிக் கொடுத்ததும் நானே! - பின்னர்
இன்று வரைபல ஏழைக் குடிசையில்
ஏங்கித் துடிப்பதும் நானே! - பூமி
இட்டு வைத்த பெயர் பானை!

வாரத்திலே ஒருநாள் கொதிப்பேன் கஞ்சி
வார்த்துக் கொடுப்பதற் காக! - பசி
தீர்த்து முடிப்பதற் காக! - பின்னர்
ஓரத்திலே பலநாள் கிடப்பேன் நல்ல
ஓய்வு பெறுவதற் காக - வீட்டில்
உள்ள குழந்தைகள் சாக!

நெல்லை அரிசியை நேரினில் கண்டதும்
துள்ளிக் குதிக்கும் பெண்டாட்டி - ரெண்டு
சுள்ளி கொண்டு கனல்மூட்டி - தன்
பல்லை நெருக்கும் பசிப்பிணி தீர்த்திட
பானை எனைஅதில் ஏற்றி - கொஞ்சம்
பைப்புத் தண்ணீரையும் ஊற்றி,

வேங்கை பிடித்திட்ட வீரனைப் போலெனை
வெற்றிக் களிப்புடன் பார்த்து - துணி
சுற்றிக் கழுநீரை வார்த்து - எனைத்
தாங்கி எடுத்துத்தன் பிள்ளைகளை வைத்து
சாப்பிடுவாள் ரசம் சேர்த்து - எனைச்
சாய்த்து வைப்பாள் பசிதீர்த்து!

அப்புறம் எத்தனை நாள்செலுமோ என்னை
அந்தக் குடும்பங்கள் தாங்க - கொஞ்சம்
அரிசி மணிகளை வாங்க - இங்கு
வந்த சுதந்திரம் ஏழைக்கல்ல அது
வாழும் முதலைகள் தூங்க! - பசி
வாட்டும் வயிறுகள் ஏங்க!

பானை பிடித்தவள் பாக்கியத்தைப் பற்றிப்
பாரதம் பாடிடும் பாட்டு - அதைப்
பானையும் ஆடிடும் கேட்டு - அவள்
பூனை படுத்த அடுப்பின் அருகினில்
புந்தியினை ஒட்டப் போட்டு - விடும்
பொட்டுக் கண்ணீர் ஒருசீட்டு!

இப்படியே பசி நீளுமென்றால் இது
என்ன சுதந்திர பூமி? ஏன்
இத்தனை ஆயிரம் சாமி? ஒரு
கைப்பிடியில் பல பூட்டை உடைத்தின்று
காத்திடுவோம் எங்கள் வீட்டை - பழி
தீர்த்திடுவோம் இந்த நாட்டை!

***

நெருப்பின் மக்களே!

நெஞ்சை நிமிர்த்துங்கள் தோழர்களே! இனி
நேருக்கு நேர்நின்று பார்ப்போம் - சம
நீதிக்குப் போர்ப்படை சேர்ப்போம் - இனிப்
பஞ்சைப் பராரிகள் துஞ்சி இரந்துண்ணும்
பட்டினிக் கோலத்தை மாய்ப்போம் - நெஞ்சின்
பாரத்தை வேருடன் சாய்ப்போம்!

ஓட்டைக் குடிசைக்குள் கூட்டுக் குடும்பங்கள்
வாட்டி வதைவதை மாற்றி - அதை
மாளிகை மஞ்சத்தில் ஏற்றி - இந்த
நாட்டுப்பொருள் எங்கள் வீட்டுப்பொருள் என்று
நாட்டிடுவோம் படை கூட்டி - விழி
காட்டிடுவோம் கனல் ஊட்டி!

ஆலைய ரசுகள் சோலைமி ராசுகள்
பாலில் மிதந்தது போதும் - அதைக்
காலில் மிதித்திட வாரும் - இங்கு
வேலை இழந்தவர் வீதி முனைகளில்
கூழுக் கலைவதைப் பாரும் அவர்
கூட்டத்தை ஓரணி சேரும்!

தாயகத்தில் பொங்கும் வாழ்க்கை வளத்துக்குத்
தர்மகர்த் தாக்களைப் போலே - உள்ள
மர்ம மனிதர்க ளாலே - இங்கு
தீயும் வயிறுகள் சேர்ந்தெழு வோம்அந்தத்
தீயின் கிளைகளைப் போல - கொடுந்
தீயவர் மாளிகை மேலே!

கூடிக் கலைகின்ற நாடக மேடையின்
கோஷத்தை நம்பிய ஏழை - வெறும்
கூட்டத்தை நம்பிய கோழை - எட்டு
மாடி மனிதரின் மஞ்சத்தில் ஆடிடும்
மந்திரி மார்களை நம்பி - இன்னும்
வாழ்ந்து பொருளென்ன தம்பி?

பாதைப் படுக்கைக்கும் பைப்புத் தண்ணீருக்கும்
போதைப் பொருளுக்கு மாக - இந்தப்
பூமிக் குடையவர் சாக - உயர்
காதல், கலை,கல்வி செல்வங்கள் யாவையும்
காரியக் காரர்கள் ஆள - நாம்
கண்டதுதான் கதை நீள!

மூடிய கைகளை மேலுயர்த்து உந்தன்
மூச்சில் கனல்விட்டுக் காட்டு - உந்தன்
பேச்சில் புரட்சியை ஊட்டு - பல
கோடிப் பராரிகள் ஒன்றுபட் டாலது
கோட்டை தகர்த்திடும் கூட்டு - அதைக்
கூட்டிடட்டும் நாட்டிலென் பாட்டு!

✻✻✻

காவடிச் சிந்துகள்

பகுதி : இரண்டு

ங்குறிஞ்சி க்யமாக

(கவிஞர், சோவியத் ருஷ்யாவிற்குச் சுற்றுப்
பயணம் சென்று வந்தபின், அங்கு கண்டு
வந்தனவற்றைப் பற்றி இயற்றப்பட்ட
கவிதைகள். -தொ-ஆர்.)

கூட்டுப் பண்ணை

மனிதர் ஒன்று கூடிநின்று
வாழ்வதென்று முடிவு கொண்டு
புனிதமென்று உழுது வைத்தார்
காட்டு மண்ணை! - அங்கே
பொலிவு கொண்டு விளங்குதடா
கூட்டுப் பண்ணை!

ஆயிரங்கள் ஆன மக்கள்
ஆள்பலத்தை மட்டும் நம்பி
ஆயுதத்தில் சீரமைத்தார்
காட்டு மண்ணை! - பொன்
அள்ளி அள்ளிப் போடுதடா
கூட்டுப் பண்ணை!

நாடு முற்றும் பொதுவுடைமை
நாட்டு வாழ்வு நமதுடைமை
பாடுபடச் செல்க வென்றார்
வீட்டுப் பெண்ணை! - அந்தப்
பதுமைகளால் விளைஃயுதடா
கூட்டுப் பண்ணை!

ஆப்பிள் என்ன திராட்சை என்ன
ஆடுகின்ற பயிர்க ளென்ன
பூப்பறிக்கும் கைகள் கொண்ட
வீட்டுப் பெண்ணை! - நம்பிப்
பொன்னுலகம் காட்டுதடா
கூட்டுப் பண்ணை!

நிலமுடையோர் யாருமில்லை
நெஞ்சுடையோர் மட்டுமுண்டு
பலமுடையோர் பாடுபடும்
கூட்டுப் பண்ணை! - நாடு
பயனடையப் பயிர்வளர்த்துக்
கூட்டும் பண்ணை!

பாடுபடும் உழவருக்குப்
பணமும் உண்டு உணவுமுண்டு
நாடுபெறும் லாபத்திலே
பயனும் உண்டு! - எல்லாம்
நமதுஎன்று எண்ணுகின்ற
நினைவும் உண்டு!

நூறுவேலி மிராசு தாரும்
நோய் பிடித்த உழவர்மாரும்
சோறுக்கென்று சண்டை போடும்
உலகம் எங்கும் - அந்த
'சோஷலிசம்' கொண்டு வந்தால்
உயிர்கள் தங்கும்!

***

ரத்தக் கால்வாய்

நதியைத் திருப்பிட ஆணையிட்டார் அந்த
   ரஷ்யா எனும் நாட்டார் - ஓடும்
   நதிக்கே ஆணை யிட்டார் - நதியை
   எதிரே திருப்பி விட்டார்!

'அமுதாரியா' எனும் நதியினை அடக்கி
   அணைக்கட்டுக் கட்டி வைத்தார் - கால்வாய்
   ஆழத்தில் தோண்டி வைத்தார் - நூறடி
   அகலத்தில் அதைப் படைத்தார்!

'கேராகும்' எனும் பாலைவனம் ஒரு
   கீழ்த்தர மணற்காடு - முன்பொரு
   கேள்வியும் கிடையாது - அதிலொரு
   கேப்பையும் விளையாது!

பாலை வனத்தின் நடுவி லமைத்தார்
   'கேராகும்' கல்வாய் - அதிலே
   பாயுதடா நீர்வாய் - மக்கள்
   பருகுகிறார் வாழ்வாய்!

தோண்டிய பள்ளத்தில் கப்பல்கள் ஓடுது
   சோவியத் நாட்டினிலே - அழகிய
   துர்க்மினிஸ் தானத்திலே - உழைத்த
   தோழர்கள் பேரினிலே!

ஒருகடல் கலக்கும் நதியினைத் திருப்பி
மறுகடல் காண வைத்தார் - இடையில்
மணலையும் விளைய வைத்தார் - மக்கள்
மனதையும் மலர வைத்தார்!

இழையும் மோட்டார்ப் படகுகள் அதிலே
எத்தனை எத்தனையோ - சரக்குகள்
ஏற்றுவ தெத்தனையோ - தோழர்கள்
இல்லமும் எத்தனையோ!

ஏறியமர்ந் தொரு மோட்டார்ப் படகில்
இருபது மைல் சென்றோம் - கரையில்
இயற்கையின் எழில் கண்டோம் நாணல்
ஏற்றிய நிழல் கண்டோம்!

துள்ளி விழுந்திரு கரைகளில் ஏறும்
வெள்ளிய மீன் கண்டோம் - நாரைகள்
விருந்துக்கு வரக் க்ண்டோம் - மீன்களை
விலையின்றி வாங்கக் கண்டோம்!

ஆயிரம் ஏக்கர் கூட்டுப்பண்ணை யொன்றின்
அருகே படகுவர - நண்பர்கள்
அலைபோல் ஓடிவர - படகும்
கரையினில் ஏறிவிட,

மாலையிட்டார் சிலர், வாழ்த்துரைத்தார் சிலர்
மாபெரும் வரவேற்பு - அவர்கள்
மனதிலும் புன்சிரிப்பு பண்ணை
மலரொடு கனித் தோப்பு!

தேன், பழம், கோழி, திராட்சைகள், சோறு
மீனுடன் விருந்து வைத்தார் - நெஞ்சின்
மேன்மையும் கலந்து வைத்தார் - பண்ணை
விவரத்தை எடுத்துரைத்தார்!

கால்வாய் தோன்றிய காலத்தி லிருந்தே
காடு வளர்ந்த தென்றார் - தங்கள்
வீடு மகிழ்ந்த தென்றார் அன்னை
நாடு மலர்ந்த தென்றார்!

எத்தனை தோழர்கள் கைகளி னாலே
வெட்டிய கால்வாயோ! - வேர்வை
கட்டிய கால்வாயோ! - ரத்தம்
கொட்டிய கால்வாயோ!

'ரத்தக் கால்வாய்' என்றொரு பெயரை
நானே அதற்கிட்டேன் - எந்தன்
நாட்டை நினைத்திட்டேன் - அதுபோல்
நாளைக் கணக்கிட்டேன்!

கங்கை நதியைத் திருப்பி யிழுத்துக்
காவிரிவரை வருவோம் - முகவைக்
காடுவரை கொணர்வோம் - சேதுக்
கால்வாய் தனில் விடுவோம்!

அத்தகு கால்வாய் நாட்டில் பிறந்திட
எத்தனை பேர் வருவீர்? வேர்வை
எத்தனை பேர் இடுவீர்? ரத்தம்
எத்தனை பேர் தருவீர்?

***

தூர்க்மேனிய மலர்கள்

நெருப்பினிலே பொன்னை
உருக்கி எடுத்ததைச்
சிரிப்பென்று காட்டிடும் கண்கள்! - அவர்
துருக்மினிஸ் தானத்துப் பெண்கள்!

நிலவினைச் சாறிட்டு
நெய்யோடு தேனிட்டுத்
துலங்கிடும் அழகிய கண்கள்! - அவர்
துருக்மினிஸ் தானத்துப் பெண்கள்!

காலைத் தொடுகின்ற
கலைவண்ண ஆடைக்குள்
பாலைத் தொடுகின்ற மேனி! - அவர்
பாடிப் பறக்கின்ற தேனீ!

மேலைத் திசையினில்
சோகை பிடித்திட்ட
வெள்ளை நிறம் கொண்டதல்ல - அவர்
மேனிநிறம் என்ன சொல்ல!

ஆப்பிள் நிறம்கொண்ட
காப்பியக் கன்னங்கள்
அனிச்ச மலரெனும் மென்மை! - அவை
அச்சம் மடம்கொண்ட பெண்மை!

ஓரளவில் எங்கள்
கேரளக் கன்னியர்
போலள வுள்ளது தேகம்! - அந்தப்
பூமியில் பெண்ணொரு யோகம்!

கன்னங் கருத்தது
காலள வுள்ளது
பின்னி முடிக்கின்ற கூந்தல்! - அந்தப்
பின்னலில் ஆடுவர் மாந்தர்!

பூவைத் தொடுவது
போலிருக்கும் அவர்
கோவை இதழ்களின் முத்தம்! - மனம்
கொஞ்சத் துடித்திடும் நித்தம்!

கன்னிச் சிறுமலர்
காவியப் பொன்மனம்
மின்னிப் பளிச்சிடும் கிண்ணம்! - அவர்
மேனி சலவைக்கல் வண்ணம்!

நாணம் என்னும் சொல்லை
'ரோஸா' எனச் சொல்லும்
நாகரிகம் ஒரு பக்கம்! - அந்த
நாட்டில் பிறந்து வெட்கம்!

'காலியா' என்றொரு
கன்னியவள் அந்தக்
காலைப் பொழுதுக்குப் பிள்ளை! - அவள்
கண்களுக் கீடிணை இல்லை!

'மாரே' எனும் நகர்
வண்ணக் குமரியர்
மஞ்சள் முகத்துக்கு ஈடு - அந்த
வானில் மின்னிடும் கோடு!

சின்ன குழந்தைகள்
வண்ண உடல்கொண்டு
துள்ளித் தவழ்ந்திடும் வீடு! - அது
துருக்மினிஸ் தானென்னும் நாடு!

***

அவிவேக சிந்தாமணி

பகுதி : ஒன்று

1

குருவின்றி வித்தையைக் கற்றவன் நெஞ்சிலே
 குடிகொள்ள அமைதி யிலையே
குழைகின்ற கையிலும் வளைகின்ற மெய்யிலும்
 குணங்காண ஒருவ ரிலையே
இருவென்று சொல்லாமல் இருப்பதைத் தந்தாலும்
 எவர்பாலும் நன்றி யிலையே;
 இடதுகண் ஓர்சொலும் வலதுகண் ஓர்சொலும்
 எடுத்துரைக் கின்ற உலகில்
மருவொன்று மில்லாத வாழ்வகை அறியாத
 மனிதனைப் படைத்த சிலையே!
மலர்கொண்ட கூந்தலைத் தென்றல்தா லாட்டிடும்
 மதுரைமீ னாட்சி உமையே!

2

சேர்கின்ற பொருள்களைச் செம்மையாய் எந்நாளும்
காக்கவும் திறமை இலையே
ஜெயிக்கின்ற கட்சியில் நுழைகின்ற வித்தையைத்
தேருமோர் அறிவு மிலையே
பேர்வந்த வேளையிற் பேரையே விலையாகப்
பேசவுந் தெரிய விலையே;
பிடித்தகை நழுவவே விளக்கெண்ணெய் பூசுவார்
பெரிதாக வாழு முலகில்
வார்க்கின்ற பொதிகையும் வளர்க்கின்ற வைகையும்
வளம்பாட வாழும் சிலையே!
மலர்கொண்ட கூந்தலைத் தென்றல்தா லாட்டிடும்
மதுரைமீ னாட்சி உமையே!

3

தாசியின் மார்பிலும் தவுல்கொண்ட தோலிலும்
தழும்புதான் மிச்ச மாகும்
சன்யாசி பையிலும் சாவுண்ட மெய்யிலும்
சாம்பல்தான் மீத மாகும்
பாசத்து நெஞ்சிலும் பழக்கத்து நட்பிலும்
படும்பாடு கோடி யாகும்;
பல்லோர்க்கும் நல்லவன் பொல்லாத வன்எனும்
பழம்பாடல் வாழு முலகில்
மாசற்ற பொன்னொடும் வைரமும் மணிகளும்
மார்பாட வாழும் சிலையே!
மலர்கொண்ட கூந்தலைத் தென்றல்தா லாட்டிடும்
மதுரைமீ னாட்சி உமையே!

4

கோமுட்டி காத்ததோர் கோமுட்டி அங்ஙனே
கோமுட்டி பிள்ளை மாண்டான்
கொடியபாம் பதனையே வளர்த்தவன் பிள்ளையும்
கொடியபாம் பதனில் மாண்டான்
நாய்கட்டிக் காத்தவன் பிள்ளையும் அவ்வணம்
நாய்க்கடி பட்டு மாண்டான்;
நான்மட்டும் எங்ஙனம் மாள்வனென் றெண்ணுதி
நன்றிகொன் றார்கை யன்றி?
வாய்முட்டும் கள்ளிலே சேய்முட்டும் வண்ணமே
தான்முட்டும் மன்ன னருகே
மலர்கொண்ட கூந்தலைத் தென்றல்தா லாட்டிடும்
மதுரைமீ னாட்சி உமையே!

5

நாக்கினால் ஊரையே நாட்டித் திரட்டுவான்
நாக்குக்கும் வெற்றி தந்து
நாடகக் காரனின் வேடத்தில் நின்றவன்
நடிப்புக்கும் வெற்றி தந்து
தூக்கினால் மேலெழும் ஓட்டைத் துருத்திக்கும்
தூக்கத்தில் வெற்றி தந்து;
தூயவர் வாழ்க்கையில் தோல்விமேல் தோல்வியே
தொடுத்துவைக் கின்ற கடையே
வாக்கிலாச் செல்வமே! மனமிலாத் தெய்வமே!
வடிவான மஞ்சள் நிலவே!
மலர்கொண்ட கூந்தலைத் தென்றல்தா லாட்டிடும்
மதுரைமீ னாட்சி உமையே!

6

முதுகிலே கண்வைக்க முயலாத இறைவனோ
முகத்திலே கண்ணை வைத்தான்
முகம்பார்க்க விரும்பாது பகையான மனிதனோ
முதுகையே பார்த்து நின்றான்
சதிகாரர் கையிலே பலியாக அஞ்சுவான்
தர்மத்தை வேண்டி நின்றான்
தர்மத்தின் தேவனோ தன்மையும் பிறரையும்
சதிகாரர் கையில் வைத்தான்;
மதியையே விதியினால் மாய்க்கின்ற சொக்கனை
மடியிலே வைத்த மயிலே!
மலர்கொண்ட கூந்தலைத் தென்றல்தா லாட்டிடும்
மதுரைமீ னாட்சி உமையே!

7

இருமனப் பேயரும் கள்ளுண்டு கவராடும்
 இறைமுறை பிழைத்த அரசும்
ஏய்க்கின்ற நெஞ்சமும் வஞ்சமும் சூழ்ச்சியும்
 இருகையில் ஒளிந்த வாளும்
கருமிருட் கள்வரும் கடிப்பதைக் கடித்தபின்
 கண்ணாடி பார்க்கும் நரியும்
காலத்தில் வந்ததை ஞானத்தில் வந்ததாய்க்
 கருதிடும் குள்ள மதியும்
வரையின்றி வாழுமோர் உலகிலே என்னையும்
 வசைகாண விட்ட மயிலே!
மலர்கொண்ட கூந்தலைத் தென்றல்தா லாட்டிடும்
 மதுரைமீ னாட்சி உமையே!

8

விளையாட்டுப் பிள்ளையும் பறிக்கப் பலாமரம்
வேரிற் பழுத்த தேபோல்
விரும்பினாற் சமைக்கின்ற விதத்திலே கோழிகள்
வீட்டினில் வளர்வ தேபோல்
வளையலார் கைக்கென்று வாரத்தில் முழுதாக
வளர்கின்ற கீரை யேபோல்
வருவார்கள் உண்ணவே உணவுடன் என்னையும்
வைத்த தல்லாமல் உலகில்
வளங்கொண்ட செல்வத்தைப் பெட்டியில் மறைவாக
வைத்ததே என்று மிலையே!
மலர்கொண்ட கூந்தலைத் தென்றல்தா லாட்டிடும்
மதுரைமீ னாட்சி உமையே!

9

செப்பினாற் சிலைசெயும் வினைஞரும் மெதுவாகச்
செப்பிலே பாதி கொள்வார்
செம்பொனால் நகைசெயும் கொல்லரும் மறைவாகச்
சேதாரம் பாதிகொள்வார்
தப்பினால் ஏழையர் உடலிலே பணக்காரர்
சதைவெட்டி உண்டு பார்ப்பார்
தர்மகர்த் தாக்களும் தர்மகாரி யத்திலே
தாங்கள்காரி யங்கள் பார்ப்பார்;
வைப்புயர் நிலத்திலே வளரவே தெரியாத
மரத்தையும் படைத்த மயிலே!
மலர்கொண்ட கூந்தலைத் தென்றல்தா லாட்டிடும்
மதுரைமீ னாட்சி உமையே!

10

தான்பெற்ற செல்வனை ஏன்பெற்றோம் என்றுதான்
தாயன்று மாண்டு போனாள்
தந்தையும் இப்பிள்ளை உருப்படா தென்றுதான்
தணலிலே வெந்து போனான்
ஊன்பெற்று யானுமோர் உயிர்கொள்ள வைத்தவன்
உயரத்தில் ஒளிந்து கொண்டான்
உதிரத்தின் அணுவிலே தமிழன்னை மட்டுமே
உறவாக வந்து நின்றாள்;
வான்பெற்ற பேறுபோல் யான்பெற்ற தமிழிலே
வாழ்கிறேன் வண்ண மயிலே!
மலர்கொண்ட கூந்தலைத் தென்றல்தா லாட்டிடும்
மதுரைமீ னாட்சி உமையே!

11

பூர்வத்தில் செய்ததோ இந்நாளில் செய்ததோ
புண்ணி யம்மட்டு மிச்சம்
பொருளாகத் தந்ததோ அருளாக வந்ததோ
புகழாரம் உண்டு கொஞ்சம்
ஆர்வத்திற் சேர்ந்ததோ அனுபவம் ஈந்ததோ
அறிவினுக் கில்லை பஞ்சம்
அமைதியில் லாதவன் துயில்கொண்டு தேறவே
ஆண்டவன் விரித்த மஞ்சம்;
வார்க்கின்ற கவியன்றி வேறொன்று மில்லையே
வையயிற் பூத்த மலரே!
மலர்கொண்ட கூந்தலைத் தென்றல்தா லாட்டிடும்
மதுரைமீ னாட்சி உமையே!

12

முட்டாள்கள் பலர்கூடி முடிவுசெய் தாலதே
 முழுதான ஜனநா யகம்
முதலாளி மடியிலே முட்டாள்கள் ஆடினால்
 முழுதான பணநா யகம்
பட்டாளம் அதனையே பறித்துக் கொண்டோடினால்
 பலமான ஆதிபத் யம்
பாரிலே இம்மூன்றும் சக்கரம் போல்வரப்
 பார்க்கின்ற கண் களுக்கு
வட்டாடத் தோன்றுமே யல்லாது நேர்செலும்
 வழிதோன்ற மார்க்க மிலையே!
மலர்கொண்ட கூந்தலைத் தென்றல்தா லாட்டிடும்
 மதுரைமீ னாட்சி உமையே!

13

கத்தியால் தலையையும் சீவலாம் மரத்திலே
 கலைவண்ணம் செய்து விடலாம்;
கனல்கொண்டு நாட்டையே எரிக்கலாம் விளக்கிலே
 கருவாக ஒளிர விடலாம்;
புத்தியால் வாழவும் வைக்கலாம் நல்லவர்
 புகழையும் மாய்த்து விடலாம்;
பொருள்மட்டும் சேருமேல் நன்மையும் தீமையும்
 பொருளால் நடத்தி விடலாம்;
மத்தளம் போலிதில் சத்தியம் படும்பாட்டை
 மாற்றவோர் சக்தி யிலையே;
மலர்கொண்ட கூந்தலைத் தென்றல்தா லாட்டிடும்
 மதுரைமீ னாட்சி உமையே!

14

திருடனும் அரகரா சிவசிவா என்றுதான்
   திருநீறு பூசு கின்றான்
சீட்டாடும் மனிதனும் தெய்வத்தின் பேர்சொல்லிச்
   சீட்டைப் புரட்டு கின்றான்
முரடனும் அரிவாளில் காரியம் பார்த்தபின்
   முதல்வனை வணங்கு கின்றான்
முச்சந்தி மங்கையும் முக்காடு நீக்கையில்
   முருகனைக் கூவு கின்றாள்;
வருடுவார் கைக்கெலாம் வளைகின்ற தெய்வம்என்
   வாழ்க்கையைக் காக்க விலையே!
மலர்கொண்ட கூந்தலைத் தென்றல்தா லாட்டிடும்
   மதுரைமீ னாட்சி உமையே!

15

பொய்யப்பன் சபையிலே கைகட்டி நிற்பனேல்
பொருளப்பன் துணைகி டைக்கும்
பொருளப்பன் மூலமே சூதாடிப் பார்ப்பனேல்
புகழப்பன் நிலைகி டைக்கும்
மெய்யப்பன் தன்னையே நம்பினேன் அவனெனை
வீணப்ப னாக்கி விட்டான்
வினையப்பன் தன்னுடன் விதியப்பன் என்பவன்
வீட்டுக்கே வந்து விட்டான்;
மையப்பும் கண்ணினால் அப்பனை அம்மைநீ
வாங்கிக்கொள் வண்ண மயிலே!
மலர்கொண்ட கூந்தலைத் தென்றல்தா லாட்டிடும்
மதுரைமீ னாட்சி உமையே!

16

தும்பிக்கை போனபின் யானையைப் பூனையும்
துரத்திடும் தன்மை யேபோல்
துணிவிலாக் கோழையைச் சிறுவரும் கைகொட்டிச்
சூழ்கின்ற அவல மேபோல்
நம்பிக்கை போனவன் வாழ்க்கையும் காலத்தில்
நலிவுறும் என்ன அஞ்சி
நடுங்காத நெஞ்சொடும் தொடர்கிறேன் வருகின்ற
நாளைஎன் காலம் என்றே!
வம்புக்குச் சொக்கனை வளையாடும் கைகளில்
வளைக்கின்ற வண்ண மயிலே!
மலர்கொண்ட கூந்தலைத் தென்றல்தா லாட்டிடும்
மதுரைமீ னாட்சி உமையே!

17

நீரிலே வாழ்கின்ற மீன்களும் நத்தையும்
நிலத்திலே சாவ தென்ன?
நிலத்திலே வாழ்கின்ற மனிதனும் மிருகமும்
நீரிலே சாவ தென்ன?
சீருலாப் பேருலாச் சிறப்புலாக் கொண்டாரும்
சிறுமையில் அழிவ தென்ன?
சேரிடம் அறியாமற் சேர்ந்ததோ, இல்லையேல்
சிறுமதிப் போக்கி னாலோ?
மார்புலாஞ் சேலையில் மணமுலாம் மாலையை
மகிழ்வுலா விட்ட மயிலே!
மலர்கொண்ட கூந்தலைத் தென்றல்தா லாட்டிடும்
மதுரைமீ னாட்சி உமையே!

18

அர்ச்சனைப் பூக்களும் கழுநீர்ப் புறத்திலே
    அழிவுற்று வீழ்வ தென்ன?
அழகுமா ளிகைகளும் பிளவுண்டு வெடிப்புண்டு
    அவலமாய் நிற்ப தென்ன?
கர்ச்சனைச் சிம்மமும் கைகட்டி வாய்பொத்திக்
    கண்தேக்கி வாழ்வ தென்ன?
கர்மவீ ரர்களும் மர்மவீ ரர்களாய்க்
    கர்மத்தை மறந்த தென்ன?
வர்மமில்லா நெஞ்சின் கேள்வியைப் பதிலாக
    வளர்க்கவா மஞ்சள் மயிலே!
மலர்கொண்ட கூந்தலைத் தென்றல்தா லாட்டிடும்
    மதுரைமீ னாட்சி உமையே!

19

பொய்யான கற்பனைப் போக்கிலே போனவன்
 புகழையும் இழப்ப துண்டு
புகழெனும் போதையில் உண்மையை மறப்பவன்
 புத்தியை இழப்ப துண்டு
மெய்யான ஞானியும் விதிவிட்ட காற்றிலே
 விலையாகிப் போவ துண்டு
விவரமே இல்லாமல் காலத்தின் போக்கிலே
 வீணர்கள் வாழ்வ துண்டு;
மையாருங் கண்ணினால் மைந்தர்க்குச் சரியான
 வழிகாட்டும் வஞ்சி மயிலே!
மலர்கொண்ட கூந்தலைத் தென்றல்தா லாட்டிடும்
 மதுரைமீ னாட்சி உமையே!

20

காடுசென் றேகொண்ட மனைவியைத் தோற்றவன்
காகுத்தன் என்ற கதையும்
காடுசெல் லாமலே களத்திலே தோற்றவன்
கண்ணனால் வென்ற கதையும்
வீடுகண் டேபிறன் மனைவியைச் சேர்ந்தவன்
மேனிப்புண் கொண்ட கதையும்
வெற்றியும் தோல்வியும் தேவர்க்கும் உண்டென்ற
வேதத்தைச் சொல்ல விலையோ!
மாடுவென்றா லென்ன, மனிதன்வென்றா லென்னா
வல்வினை வெற்றி மயிலே!
மலர்கொண்ட கூந்தலைத் தென்றல்தா லாட்டிடும்
மதுரைமீ னாட்சி உமையே!

***

அவிவேக சிந்தாமணி

பகுதி : ஒன்று

நட்பு

தாசியுள வீட்டிலே தவறாத குலமகள்
தான்போய்க் குடியி ருந்தால்
தட்டுகிற கைஅங்கு தாசிஎன் றறியுமா
சம்சாரி என்றறி யுமா?
நீசரொடு கூடினால் நீதிமான் தன்னையும்
நீசரென் றேயழைப் பார்;
நிகழ்கால நட்பிலே எதிர்காலம் ஒளிவிடும்
நெருங்குமுன் அறிய வேண்டும்!
காசுபெரி தல்லநல் நண்பர்பெரி தாமென்று
கருத்தினில் இருத்து வாயே!
கனிவுடைய, சிறுகூடற் பட்டியில் வதிகின்ற
கன்னிமலை யரசி துணையே!

***

தலைவர்கள்

மாடுதின் னாமலும் மனிதர்தொ டாமலும்
வைக்கோலிற் படுத்த நாய்போல்
வையம் பெறாமலும் மண்ணில் விழாமலும்
மாகடல் கொண்ட மழைபோல்
ஏடுகொள் ளாமலும் இசையில்நில் லாமலும்
எழுதாது போன கவிபோல்
இலையில் இடாமலும் இருந்தேஉண் ணாமலும்
இடமாறி விழுந்த கறிபோல்
நாடுகொ ளாதஜன நாயகத் தலைவர்கள்
நாட்டையே மாற்றி னாரே!
நலமுடைய சிறுகூடற் பட்டியில் வதிகின்ற
மலையரசி நங்கை தாயே!

***

தேர்ந்தெடு

என்னடா துன்பம்அதை எட்டிஉதை வாழ்ந்துபார்
எப்போதும் உன்னை நம்பி!
இடுகாடு போனபின் நடுவீ டழைக்குமோ
ஏறிவிளை யாடு தம்பீ!
பின்னினால் வேட்டிஇழை பிரிந்ததும் கந்தல்இதில்
பேதைமை கொண்டு வெம்பி,
பிழைசெய்ய வேண்டுமா பேர்எடு புகழ்எடு
பின்புநீ தங்கக் கம்பி!
இன்னினார் இனியவர் என்பதைத் தேர்வதில்
எடைபோட வேண்டும் நீயே!
இழையுலவு தென்றலில் குழலுலவுங் கூடலின்
இளையமீ னாட்சி துணையே!

***

முன்னேறு

குதிரைவண் டியிலுமோர் கொடிபடை அணியிலும்
கூட்டத்து மேடை தனிலும்
குடும்பத்து வாழ்விலும் கொள்முதல் வாணிபம்
குவித்திடும் செல்வ மதிலும்
மதியிலும் நோயிலா வாழ்விலும் ஆனதன்
மானத்தைக் காப்ப ததிலும்
மாற்றார்தம் நடுவிலே மாலைமரி யாதைகள்
வளர்த்திடும் மாண்பு தனிலும்
முடியழகு மங்கையின் மோகக் கலப்பிலும்
முன்னேற வேண்டும் நீயே!
முத்துமுக மீதுவியர் முத்துவிளை யாடிடும்
மோனமீ னாட்சி துணையே!

***

துணிக!

நம்மால் முடியுமா என்றுநீ எண்ணினால்
நண்டுகூ டச்சி ரிக்கும்!
நாளை விடியுமா என்றுநீ வாடினால்
நாயக ன்தான் சிரிப்பான்!
சும்மா இருப்பவன் சோம்பேறி அவனிடம்
சொர்க்கத்துக் கென்ன வேலை?
சுடுகின்ற கோடையில் வளைகின்ற ஏழையால்
அமைந்ததே இன்ப சோலை!
அம்மையும் அப்பனும் செய்ததோர் தவறினால்
அவனியில் வந்த மனமே!
அடியுலவ விடுபிறகு கடைவிரிய வருமுடிவு
ஆசிதரும் அந்தச் சிவமே!

***

ஐந்தொகை

நீலமணி விழியிலே நீந்தினேன் அப்போதென்
        நிழலையான் காண வில்லை;
    நிகரிலாச் செல்வத்தில் ஆடினேன் அப்போதென்
        நெஞ்சைநான் காண வில்லை;
காலவிளை யாட்டிலே களித்தநான் முடிவினைக்
        கருத்திலே கண்ட தில்லை;
    கைகால் விழுந்துபோய்க் கண்பஞ் சடைந்ததும்
        கணக்கினைப் புரட்டு கின்றேன்;
சாலவோர் சக்திஇச் சகத்தினில் உண்டென்று
        சத்தியம் செய்கின் றேனே;
    தமிழிலொரு கவிமகனைச் சிறுகூடற் பட்டியில்
        தந்தமலை யரசி தாயே!

***

பல்சுவை

போகந் திரண்டு வரும்போது
        புத்தி மயக்கம் சுகமென்பான்
மேகந் திரண்டு வரும்போதோ
        மெய்ஞ் ஞானந்தான் பெரிதென்பான்
யோகந் திரண்ட சந்யாசி
        யோனிப் பையை நஞ்சென்பான்
நாகந் திரண்ட கலையென்னும்
        நஞ்சொல் நஞ்சை நவில்வதுவோ?

***

தையல்

கைகயிலா ரவிக்கை போட்டுக்
கால்தூக்கும் நடையன் போட்டு
மையிலே கண்ணைப் போட்டு
மார்பிலே சுருக்குப் போட்டு
பொய்யான கொண்டை போட்டுப்
போகின்ற பெண்ணைப் பார்த்துத்
'தையலே'என்றான் எங்கும்
தையல்போட் டிருந்த தாலே!

***

இனமேது?

கூடுகாட் டெலும்புகளைச்
சோதித்துப் பார்த்ததிலே
வடநாட் டெலும்பென்று
வந்தஎலும் பில்லையடி!
தென்னாட் டெலும்பென்று
தெரிந்தஎலும் பில்லையடி!
எந்நாட் டெலும்பென்றும்
எழுதிவைக்க வில்லையடி!
ஒருநாட்டு மக்களுக்குள்
ஓராயிரம் பிரிவை
எரியூட்ட வில்லையெனில்
எந்நாளும் துன்பமடி!

***

அனுபவம்-1

முட்டைப்பட் டாணி முளை
  முருங்கைக் கீரைவெங் காயம்
தட்டைப் பயிறுகள் மொச்சை
  சாகர எறாக்கள் நண்டு
கொட்டை உருளைக் கிழங்கில்
  கொடியதோர் வாய்வு காணும்
தொட்டுப்பா ராதே! என்றும்
  சுவைக்காக நோய் பெறாதே!

*

அனுபவம் - 2

முளைக்கீரை, மணத்தக் காளி
  முருங்கைக்காய், வெள்ளரிக் காய்,
உளிப்பூண்டோ டகத்திக் கீரை,
  உயர்ந்த தக்காளி, கோசு,
களியோடு நெய், பருப்பு,
  கத்தரி, வெண்டை, பீட்ரூட்,
நெளிகின்ற புடலை, நெல்லி,
  நீள்கொத் தவரைக்கா யோடு,

பூசணி, சுரை, பறங்கி,
  பூக்கோசு, பசலைக் கீரை,
பேசவோர் விலையில் லாத
  பிஞ்சான பிரண்டை, வேலித்
தூசியில் முளைத்த கொவ்வை,
  தொண்டங்காய், குப்பைக் கீரை,
ஊசிபோற் கொத்த மல்லி,
  உண்ணுவாய் பொதினா வோடு!

***

செவத்தம்மா

தத்துவப் பட்டினம் என்றொரு ஊரினில்
தர்மத்தின் ஆலயம் உண்டு - சம
தர்மத்தின் தேவதை உண்டு - அங்கு
சத்திய பூஜைக்கு வெள்ளைக் கலைகொண்ட
மாது ஒருத்தியும் உண்டு - அவள்
பேரு செவத்தம்மை என்று!

கோவிலில் ஒரு பூனைக் குருக்களும்
குட்டிகளும் சில உண்டு - தங்கள்
கோட்டை என வைத்துக் கொண்டு - அவை
காவ லிருந்தன கோவில் கணக்குக்கு
கர்த்தாக்கள் தாங்களே என்று - வர
பக்தர்கள் தானில்லை அங்கு!

தூயஉடை கொண்ட தேவதைப் பெண்ணுக்குத்
தொல்லை கொடுப்பதற் காக - ஒரு
எல்லை வகுப்பதற் காக - தலை
சாயவைத்தே சம தர்மத்தைக் கொன்றிடச்
சார்ந்தன யாவும் ஒன்றாக - இணை
சேர்ந்தன வெற்றிகொண் டாட!

மங்கல மற்றவள் குங்கும மற்றவள்
மான மிழந்தவள் என்று - தம்
ஞான மிழந்தவர் நின்று - தெருச்
சங்கதி பேசினர் சபையில் மிரட்டினர்
தாங்கள் 'பெரியவர்' என்று - பணி
தாங்க உரியவர் என்று!

ஆறிப் பொறுத்தவள் அஞ்சிக் கிடந்தவள்
ஆர்ப்பரித்தாள் ஒரு நேரம் - அவர்
அன்று கண்டார் அவள்வீரம் - நிலை
மாறிப் புறப்பட்ட நேரிழையாள் முன்பு
மண்டியிட்டார் கொஞ்ச காலம் - பின்பு
கொண்டுவிட்டார் அலங் கோலம்!

செக்கச் சிவந்ததோர் சேலைகட்டிக் கொண்டு
தீக்கனல் போலவள் நின்றாள் - அட
போர்க்களம் வாருங்கள் என்றாள் - தங்கள்
பக்கத்தில் நீதியில் லாத மனிதர்கள்
பாவையின் கோலத்தைக் கண்டார் - தங்கள்
பாவத்தின் சம்பளம் கொண்டார்!

சமத்துவ வாள்கொண்டு தர்மத்தின் தேவதை
துரத்திய காட்சியைக் கண்டார் - பல
தோள்களை ஒன்றாக்கிக் கொண்டார் - தாங்கள்
நடத்திய வேட்டைக்கு முடிவு வந்ததென்று
நாடக மாடிடச் சென்றார் - தர்ம
நாதத்தைக் கால்களில் கொன்றார்!

வெள்ளையம்மை அன்று செவத்தம்மை யானதும்
உள்ளம் துடித்தது பூனை - அது
உருட்டிற்று கோவிலில் பானை - ஏழைப்
பிள்ளைக் கென்றே அவள்பேணி யிருந்தநல்
பாலைக் கவிழ்த்தது பூனை - வெறும்
பாத்திர மானது பானை!

தங்கள் நலத்துக்குத் தர்மத்தையே கொல்லும்
சாமிகள் கூட்டத்தை நம்பி - இந்தப்
பூமியில் வாழ்வென்ன தம்பி? - வீரப்
பெண்கள் புகழோடும் வெற்றி பெறவென்று
ஒன்றுபட்டால் நன்மை தம்பி - இனி
உண்மையைப் பார்க்கலாம் நம்பி!

***

ஓஹோ ஹோ ஹோ மனிதர்களே!...

ஓஹோ மனிதர்களே!
 உச்சிமுட்டும் மாளிகையில்
சாகாமலே யிருக்கச்
 சதையெடுத்து வந்தவரே!

போகாத பாதையெல்லாம்
 போய்த்திரும்பும் பூச்சிகளே!
நோகாமல் வாழ்வதற்கு
 நோற்றுவந்த சாமிகளே!

காலம் புவிக்களித்த
 கடல்போன்ற செல்வமெல்லாம்
ஓலையிலே நீர்எழுதி
 உள்வீட்டில் வைத்துவிட்டீர்!

எல்லாத் தலைமுறைக்கும்
இப்பொழுதே சேர்ப்பதென்று
செல்லாத பக்கமெலாம்
சென்றுபொருள் தேடுகின்றீர்!

இல்லைஒரு வாய்கவளம்
என்றழுவார் தம்வயிற்றில்
அள்ளிஒரு கையளித்தால்
ஆஸ்தி குறைவுறுமோ?

ஆடைஒரு கோவணமும்
ஆஸ்திஒரு பானையுமாய்
வாடையிலும் கோடையிலும்
வதைவாரைக் காணவில்லை!

தாசியவள் மனம்போலச்
சாலக் கிழிந்திருக்கும்
தூசிபடி துண்டுதலை
சுமப்பாரைக் காணவில்லை!

பாடுபட்டுப் பட்டுப்
பலகாலமாய் உலகில்
கேடுகெட்டு வாழ்ந்திருக்கும்
கீழோரைக் காணவில்லை!

இப்படியே மேடையெங்கும்
    எத்தனைபேர் கேட்டுவிட்டார்?
அப்படியும் உங்கள்
    உள்ளம் அசையவில்லை!

என்ன விளைந்ததின்று?
    எதிலே முடிந்ததின்று?
பின்னிப் புரட்டிஉமைப்
    பிணமாக்கச் சிலரெழுந்தார்!

வேலையில்லை; வந்தாலும்
    வேண்டும் வசதியில்லை;
ஆலைப்பற் சக்கரம்போல்
    அவதி குறையவில்லை!

அவனும் பிறந்தவன்தான்
    அன்னை மணிக்கொடிக்கீழ்
கவலை நிறைந்தவனாய்க்
    கண்ணீர் வடித்தவன்தான்!

'ஆடுவோமே பள்ளுப்
    பாடுவோமே' என்று
ஆடிக் களித்தவன்தான்
    அடிமை தவிர்த்தவன்தான்!

காந்தி வழிநாடிக்
    காத்திருந்து நல்குரவை
ஏந்தி வந்ததன்றி
    ஏப்பம் குறையவில்லை!

'சோஷலிசம்' என்றுசிலர்
    சொன்னால் உடனேநீர்
'கோஷலிசம்' என்றல்லோ
    கோமாளிச் சொல்லுரைப்பீர்!

'வருமோ சமதருமம்?
    வறுமையினைப் பங்கிட்டுத்
தருமோ?' என்றெல்லாம்
    தத்துவத்தைக் கேலிசெய்வீர்!

அடிவயிறு பற்றிவிட்டால்
    அடுத்து நடப்பதென்ன?
கொடியபசி வந்துவிட்டால்
    குமுறும் எரிமலைதான்!

நீங்களே வைத்தகொள்ளி
    நீள்காற்றில் மேலெழுந்து
ஓங்குவதைக் கண்டபின்னர்
    ஓலமிட்டால் என்னபயன்?

நக்சல்பாரிப் புரட்சி
    நாட்டில் எழுந்ததற்கு
நச்சுபரி மாறியநீர்
    நாளும் பொறுப்பேற்பீர்!

'துப்பாக்கி யாலேதான்
    துரைத்தனங்கள் சேரு'மெனச்
செப்பியவன் அந்தச்
    சிவப்புநிலா மாசேதுங்!

சீனாக்காரன் பகைவன்
    தெரியும் நமக்கெல்லாம்;
ஆனாலும் மாவோவை
    அணைக்கச் சிலர்பிறந்தார்!

ஏன்என்னும் காரணத்தை
    எண்ணாமல் காகிதத்தில்
பேனாவை ஓடவிட்டால்
    பேய்க்காற்று நின்றிடுமோ?

மேட்டுக் குடிவாழ்க்கை
    மென்மே லுயர்ந்துவர
நாட்டுக் குடிவாழ்க்கை
    நடுத்தெருவில் நிற்பதனை

மாற்றி யமைத்தாலே
 மாசேதுங் சிந்தனைகள்
காற்றில் பறந்துவிடும்
 கனலும் அடங்கிவிடும்!

அல்லாமல் 'ராஜா'க்கள்
 ஆர்ப்பாட்டம் செல்லாது!
செல்லாது மட்டுமல்ல
 தேசம் சிவப்பாகும்!

உங்களையும் மீறி
 உலகத்தில் ஓர்புரட்சி
திங்களைப்போல் தோன்றியதைத்
 தெரிவிக்கும் வரலாறு!

இப்படித்தான் சீனாவில்
 இருந்தான் சியாங்கேஷேக்!
அப்படித்தான் ஜார்மன்னன்
 ஆண்டிருந்தான் ரஷ்யாவை!

பசியால் திருட்டுவரும்;
 பகைவளரும்; பொய்விளையும்;
பசியால் உறவினிலும்
 படுகொலைகள் மெத்தவரும்!

பசியால் புரட்சிவரும்;
பாமரர்கள் சேர்ந்தெழுந்தால்
அசையாத மாளிகையும்
ஆடிப் பொடிபடுமாம்!

தொழிலைப் பொதுவாக்கிச்
சொத்துரிமை நீக்கிவிட்டால்
அழிவைத் தடுப்பதற்கு
அடிப்படைபோ லாகிவிடும்!

வேலை யில்லாத் திண்டாட்டம்
விரைவில் ஒழிவதற்குச்
சால வழிவகுத்தால்
ஜனப்புரட்சி நின்றுவிடும்!

என்ன முதலாளி
அவை உமக்குச் சம்மதமா?
என்ன மனிதர்களே!
இதிலுமக்குச் சங்கடமா?

வகுப்புவெறி பற்றியெல்லாம்
வாயாரப் பேசுகிறீர்!
வர்க்கப்போர் பற்றிஉங்கள்
வாயேன் திறப்பதில்லை?

கண்முன் நடப்பதனைக்
 காணாமல் நீரிருந்தால்
கண்ணுக்குப் பின்னாலே
 காரியங்கள் ஆகிவிடும்!

சட்டத்தால் எந்தத்
 தத்துவமும் மாறாது!
சுட்டாலும் நெஞ்சுரத்தைச்
 சூடு தவிர்க்காது!

எத்தனைதான் நீங்கள்
 எதிர்ப்புரட்சி செய்தாலும்
பத்தாண்டுக் குள்ளாகப்
 பணத்தொந்தி சாய்ந்துவிடும்!

தத்துவத்தின் எச்சரிக்கை
 சமதருமம் நாடுங்கள்!
சத்தியத்தின் எச்சரிக்கை
 சரித்திரத்தை மாற்றுங்கள்!

***

வியட்நாமில் அமெரிக்க கொலைகாரர்கள்

ஆதிக்க வெறியர்களின் ஆவி யெல்லாம்
அமெரிக்கத் தலைவர்கள்பால் குடி புகுந்து
சாதித்த சாதனையே வியட்நாம் ரத்தம்
சமுதாயப் படுகொலையே வியட்நாம் யுத்தம்!
வாதிட்டு வெல்லாத தத்து வங்கள்
வாள்கொண்டு களமேறி வெல்லு மாயின்
நீதிக்குக் காலேது? வெறியர்க் கெல்லாம்
நிலையான சுடுகாடு வியட்நாம் மண்ணே!

சுடுகின்ற துப்பாக்கி பீரங் கிக்கும்
தூரத்தே பறக்கின்ற விமானங் கட்கும்
இடுகுண்டோ டேவுகணை அத்த னைக்கும்
இதயத்தை நேர்வைத்தார் வியட்நாம் மக்கள்!
வடுவுண்ட திருமேனி மண்ணில் வீழ்ந்து
மாதாவும் மனைவியரும் கலங்கும் போதும்
கெடுவைத்தார் அமெரிக்க முதலா ளித்வம்
கெண்டைமீன் துடிப்பதுபோல் துடிக்க வைத்தார்!

வடக்கென்ன தெற்கென்ன இரண்டு நாடும்
வளமான ஒருநாடே! எல்லை போட்டு
மடக்கட்டும்; உறவென்னும் வெள்ளம் பாய்ந்து
வகுத்திட்ட எல்லைகளை உடைத்துப் போடும்!
நடக்கட்டும்! ஏகாதி பத்தி யங்கள்
நாற்புறமும் தாக்கட்டும்! நிலத்தில் ஆவி
துடிக்கட்டும்! உரிமைக்கா வெற்றி; இல்லை
துப்பாக்கிக் குண்டுக்கா? முடிவைப் பார்ப்போம்!

வெள்ளைத் தோலுள்ளேயும் சிவப்பு ரத்தம்
வீழ்ந்தால்தான் தெரியுமெனில் வீழும் மொத்தம்!
உள்ளத்தால் அறியாத உண்மை யெல்லாம்
உதிரத்தால் அறியட்டும் வெறியர் சித்தம்!
கள்ளர்க்கோ கயவர்க்கோ சரித்தி ரத்தின்
கதவென்றும் திறவாது! விடுதலைத் தாய்
பிள்ளைக்கே பால்வைப்பாள்! கொலைகா ரர்கை
பிடித்தாலும் பாலங்கே சுரப்ப தில்லை!

தன்வீடு தன்தம்பி தமக்கை என்று
தாம்வாழும் இல்லத்தே ஒருவன் சென்று
'உன்வீட்டை நான்காப்பேன்; உன் தமக்கை
உதிரத்தைச் சுவைபார்ப்பேன்' என்பா னாகில்

தன்வீட்டுப் பகைநீங்கி உறவொன் றாகிச்
சதிகாரன் தலைசீவும் வீடி தென்றால்
பொன்னாட்டிற் புகுந்தாரைத் தீர்த்துக் கட்டிப்
புறங்காண வியட்நாம்ஓர் நாடா காதோ?

நேசிக்கும் உறவினருள் பகைமை மூண்டால்
நிலப்பாசம் தீர்ந்துவிடும்; கடல் கடந்த
வேசிக்கேன் அவ்விடத்தே வேலை? மற்றோர்
வீட்டுக்குள் அமெரிக்கர்க் கென்ன வேலை?
ஆசியாக் கண்டத்தை அரிவாள் சுத்தி
அணுகாமல் காக்கின்ற கடமை தன்னை
யாசித்துப் பெற்றாரோ? அந்நி லத்தார்
அழைத்தேனும் வந்தாரோ வேலி போட?

புவியிலுள பொரும்பான்மை மக்கள் கூடிப்
பொதுவுடைமை வேண்டுமென முடிவு செய்தால்
சிவிகையோடு வருகின்ற சக்ர வர்த்தி
திருவாளர் ஜான்சன் அதைத் தடைசெய் வாரோ?
தவிசுபெறும் முதலாளி மாரைக் காக்கத்
தன்படையை விடுவாரோ? விட்டால் மாண்ட
குவியலிலே தன்மக்கள் பிணத்தைத் தேடிக்
குமுறியழும் நாளொன்று வந்தே தீரும்!

பதினெட்டு வயதான பால கர்தம்
பசுங்குருதி நீராட அமெரிக் காவின்
பதினெட்டு வயதான பால கர்கள்
படையாகப் போகின்றார்! வியட்நாம் பெற்ற
நதிமுற்றும் இளந்தலைகள்! உலக மக்கள்
நாகரிகம் பாடும்பாட்டைக் கேளீர்! இந்தச்
சதிசாயச் சமர்ஓய, உயிர்கள் வாழத்
தர்மத்தின் பெயராலே முழக்கஞ் செய்வீர்!

தாயற்றோர் பலபேரும், பசித்த வேளை
சாப்பாடில் லாதவர்கள் பலரும், பெற்ற
சேயற்றோர் பல்லோரும், உடுப்ப தற்கோர்
சிற்றாடை யில்லாரும், எதிர்த்துப் பேச
வாயற்ற ஏழைகளும், சுருண்டு தூங்க
மனையற்றோர் ஆயிரமும், பலநாட் போரில்
நோயுற்றுக் கிடக்கின்ற வியட்நாம் மேலும்
நோகாமல் காப்பதுதான் மனித தர்மம்!

***

இருந்து பாடிய இரங்கற்பா

பாரியொடும் கொடைபோகப் பார்த்தனொடும்
கணைபோகப் படர்ந்த வல்வில்
ஓரியொடும் அறம்போக உலகமறை
வள்ளுவனோ டுரையும் போக
வாரிநறுங் குழல்சூடும் மனைவியொடும்
சுவைபோக, மன்னன் செந்தீ
மாரியொடுந் தமிழ்போன வல்வினையை
என்சொல்லி வருந்து வேனே!

தேனார்செந் தமிழமுதைத் திகட்டாமல்
செய்தவன்மெய் தீயில் வேக,
போனாற்போ கட்டுமெனப் பொழிந்ததிரு
வாய்தீயிற் புகைந்து போக,
மானார்தம் முத்தமொடும் மதுக்கோப்பை
மாந்தியவன் மறைந்து போக,
தானேஎந் தமிழினிமேல் தடம்பார்த்துப்
போகுமிடம் தனிமை தானே!

பாட்டெழுதிப் பொருள்செய்தான் பரிதாபத்
தாலதனைப் பாழுஞ் செய்தான்;
கேட்டழுத பிள்ளைக்கோர் சிறுகோடும்
கீறாமற் கிளைமு றித்தான்;
நாட்டழுகை கேளாமல் நந்துயரும்
காணாமல் நமனெ னும்பேய்
சீட்டெழுதி அவன்ஆவி திருடியதை
எம்மொழி யாற்செப்பு வேனே!

பொய்யரையும் இசைபாடிப் புல்லரையும்
சீர்பாடிப் புகழ்ந்த வாயால்,
மெய்யரையும் வசைபாடி வேசையையும்
இசைபாடி விரித்த பாவி,
கையரையும் காசின்றிக் கடைநாளில்
கட்டையிலே கவிழ்ந்த தெல்லாம்
பொய்யுரையாய்ப் போகாதோ புத்தாவி
கொண்டவன்தான் புறப்ப டானோ!

வாக்குரிமை கொண்டானை வழக்குரிமை
    கொண்டானை வாத மன்றில்,
தாக்குரிமை கொண்டானைத் தமிழுரிமை
    கொண்டானைத் தமிழ் விளைத்த
நாக்குரிமை கொண்டானை நமதுரிமை
    என்றந்த நமனும் வாங்கிப்
போக்குரிமை கொண்டானே! போயுரிமை
    நாம்கேட்டால் பொருள்செய் யானோ!

கட்டியதோர் திருவாயிற் காற்பணமும்
    பச்சரிசி களைந்தும் போட்டு
வெட்டியதோர் கட்டையினில் களிமண்ணால்
    வீடொன்றும் விரைந்து கட்டி
முட்டியுடைத் தொருபிள்ளை முன்செல்லத்
    தீக்காம்பு முனைந்து நிற்கக்
கொட்டியசெந் தமிழந்தக் கொழுந்தினிலும்
    பூப்பூத்த கோல மென்னே!

போற்றியதன் தலைவனிடம் போகின்றேன்
என்றவன்வாய் புகன்ற தில்லை;
சாற்றியதன் தமிழிடமும் சாகின்றேன்
என்றன்வாய் சாற்ற வில்லை;
கூற்றுவன்தன் அழைப்பிதழைக் கொடுத்தவுடன்
படுத்தவனைக் குவித்துப் போட்டு
எற்றியசெந் தீயேநீ எரிவதிலும்
அவன்பாட்டை எழுந்து பாடு!

❋❋❋

என்னருமை சீசர்

பன்றிக்கு மலமே தீனி
    பருந்துக்குப் பிணமே தீனி
கன்றுக்குப் புல்லே தீனி
    கழுதைக்கோ ஏடே தீனி
குன்றத்துப் பாம்புக் கெல்லாம்
    குழிஎலி தவளை தீனி
என்றைக்கும் தீனிக் கென்றே
    இவை தந்தான் தேவஞானி!

பன்றியை வளர்த்துப் பார்த்து,
    பருந்துக்கு உணவும் போட்டு,
கன்றையும் அருகில் வைத்து,
    கழுதைக்கும் காவல் நின்று,
குன்றத்துப் பாம்பை யெல்லாம்
    கூடவே வைத்துக் காத்து,
நன்றியைக் காணா தாலே
    நாயொன்றை வாங்கி வந்தேன்!

'சீசர்'என் றந்த நாய்க்கு(ச்)
செல்லப்பே ரிட்டேன்! நெஞ்சில்
ஆசையாய்ச் சுமந்தேன்! கையில்
அணைத்துயான் மகிழ்ந்தேன்! சீசர்
பாசத்தைப் பெற்ற தாயின்
பாலிலும் கண்டே னில்லை!
தேசத்தை நேசிப் போர்க்குத்
தேவையோர் நாயின் நெஞ்சம்!

வாலிலே நன்றி சொல்லும்
வாயிலே பிள்ளை யாகும்
காலிலே அன்பு காட்டும்
கண்ணிலே உறவு காட்டும்;
தோலிலே முளைத்தெ ழுந்த
ரோமமும் தோழ னாகும்
வேலினால் தாக்கி னாலும்
வீட்டில்தான் விழுந்து சாகும்!

இறைவனாம் கொடியன் நாயின்
    இதயத்தில் உலகை வைத்து
முறைசொலிப் பழக வொண்ணா
    மூங்கையாய்ப் படைத்து விட்டான்;
குறைசொலிப் பழகிப் போன
    கொடியமா னிடரைக் கண்டு
நிறைமட்டும் காண்ப தற்கோ
    வாயிலா நிலையை வைத்தான்?

வளர்த்தவன் சிரிக்கின் றானா?
    வாய்விட்டே அழுகின் றானா?
தளர்ச்சியில் வீழ்கின் றானா?
    தன்வரை குமைகின் றானா?
கிளர்ச்சியில் எழுகின் றானா?
    கேலியில் சமைகின் றானா?
உளத்தினில் வளர்வ தெல்லாம்
    உணர்வது நாயின் நெஞ்சே!

என்குரல் தூரங் கேட்டால்
　　எகிறிக்கால் பிளந்து வந்து
என்னுடல் மீதில் ஏறி
　　என்னவோ சொல்ல எண்ணி
முன்வாயில் முகத்தை வைத்து
　　முழுஉடல் நடுங்க ஆடும்;
என்னுயிர் சீசர்க் கேநான்
　　எஜமான னல்ல; தோழன்!

குடத்திலே சோற்றை அள்ளிக்
　　கொடுத்தகை மீளு முன்பே
வெடுக்கெனக் கடிக்கும் மாந்தர்,
　　விழுங்கிய பருக்கை உள்ளே
படுக்குமுன் கேலி பேசும்
　　மானிடப் பதர்கள் போல
நடக்குமோர் குணமில் லாத
　　நாய்எந்தன் சீசர்க் குட்டி!

கடவுளைப் பாடு கின்றேன்
 கடவுளைப் பொருளிற் காட்டும்
அடிகளைப் பாடு கின்றேன்
 அறிவிலார் ஒன்று சேர்ந்த
குடிகளைப் பாடு கின்றேன்
 குறையுண்டாம் அவற்றில்! ஆனால்
குடிபுகும் நாயைப் பாடும்
 கவிதையிற் குறையே இல்லை!

அன்னையே உன்னைக் கேட்டேன்;
 அடுத்தொரு பிறவி யுண்டேல்
என்னைநீ நாயாய்ப் பெற்று
 இத்தலைக் கடனைத் தீர்ப்பாய்!
தன்னையும் உணர்ந்து, தன்னைத்
 தழுவிய கையும் காக்கும்
மன்னவன் பிறப்பு நாய்தான்;
 மனிதனாய்ப் பிறப்ப தல்ல!

***

நல்வழி

அறவழி வாழ்க்கை பண்பு
 அகம்புறந் தூய்மை வாய்மை
உறவுபார்த் துண்ணல், கையில்
 உளவரை பகிர்ந்து வாழ்தல்
குரவரைப் பணிதல், கொண்ட
 குலமகள் இதயங் காத்தல்
நெறியெனப் பொங்கல் நாளை
 நிறைவுறத் தமிழர் வைத்தார்!

எவ்வழி மனமோ வாழ்வும்
 அவ்வழி யேதான் போகும்
எவ்வழி அறிவோ நெஞ்சும்
 அவ்வழி யேதான் செல்லும்
செல்வழி சிறந்த நெஞ்சு
 சேர்ந்துவாழ் கின்ற வாழ்வு
நல்வழி தோன்றும், தோன்றி
 நலமுறப் பொங்கல் நாளே!

***

காதலி - 1

வெண்ணிலா முற்றத் தின்மேல்
விரிமுல்லை மஞ்சம் போட்டுப்
பண்ணிலே இதயம் தோயப்
பரதத்தில் கண்கள் ஆடக்
கிண்ணமும் கையு மாகக்
கிண்ணென்று நிற்கும் போது
எண்ணமோர் கோடி யாகி
எங்கெங்கோ ஓடி யாடும்!

சந்தனக் காட்டி னுள்ளே
சதிராடும் தென்றல் போல
மந்திர நடையும் கொஞ்சும்
மயக்குறு மொழியும் கொண்டு
செந்தமிழ் எழுந்தாற் போலச்
சேயிழை ஒருத்தி ஆங்கே
பந்தென ஆடும் போது
பாவங்கள் பலநூ றாகும்!

மதுவையோர் கையில் வைத்து
 மங்கையோர் புறத்தே வைத்தால்
எதுவரை உலகம் போகும்
 எங்கெங்கோ போகும்; நானும்
அதுவரை போவேன்! பின்பு
 அடுத்தநாள் விழித்துப் பார்ப்பேன்;
மதுரச மயக்கம் அந்த
 மறுநாளும் ஜாடை காட்டும்!

காதலை மதுவை இன்பக்
 காட்சியை வென்றே னென்று
ஓதுவார் எவரும் இந்த
 உலகிற்குத் தேவை இல்லை!
காதலே தெய்வம் அந்தக்
 கருணையே சொர்க்கம் என்பேன்!
ஆதலால் காதல் செய்வீர்
 அன்றவன் சொன்னாற் போல!

பழமெனச் சிவந்த செவ்வாய்
 பாலெனப் படிந்த கன்னம்
அழகெலாம் குவிந்த மார்பு
 அமுதத்தின் அருவி ஊற்று;
தொழுவதற் குரிய தோற்றம்
 தோள்களில் ஆடும் போது
எழுவது சுகமா? இல்லை
 ஏக்கந்தான் சுகமா சொல்வீர்!

ஆணெனப் படைத்தான், பெண்ணை
 அழகெனப் படைத்தான்; வாழ்வை
வீணெனப் படைத்தா னில்லை;
 விரும்பத்தான் படைத்தான்! கண்ணால்
காணெனப் படைத்தான்; கையில்
 கலக்கத்தான் படைத்தான்; இன்னும்
'நாணெ'ன்ன வெட்கம் என்ன
 நாமும்தான் வாழ்ந்து பார்ப்போம்!

எனக்குமோர் காதல் உண்டு
    இதயத்தின் உள்ளே தூங்கும்
வனக்கிளி அவளை இன்னும்
    மறக்கவே முடிய வில்லை!
நினைக்கையில் இனிக்கும் அந்த
    நெய்வாசக் குழலி யின்று
எனக்கொரு கவிதை யானாள்
    இதுதான் நான்கண்ட இன்பம்!

காதலி பிரிந்தா ளென்று
    கலங்கினேன் தனியே நின்று;
வேதனை யறிந்தாள் போல
    வேறொரு நகையாள் வந்தாள்;
மாதவள் உயரம் எந்தன்
    மார்பினைத் தொடும்; என்றாலும்
கோதையின் இதழ்கள் எந்தன்
    குளிர்முகம் முழுதும் தோயும்!

கன்னியின் பேரைக் கேட்டேன்;
 கருணையின் நிதியம் என்றாள்!
மன்னிய உறவைக் கேட்டேன்;
 மந்திரி குமாரி என்றாள்!
பன்னி நான் கேட்டபோது
 பராசத்தி வடிவ மென்றாள்!
சென்னைதான் ஊரா என்றேன்;
 திருவாரூர் நகர மென்றாள்!

தந்திரம் அறிவாள்; மெல்லச்
 சாகசம் புரிவாள்; மின்னும்
அந்திவான் மின்னல் போல
 அடிக்கடி சிரிப்பாள்; நானும்
பந்தயம் போட்டுப் பார்த்துப்
 பலமுறை தோற்றேன்; என்ன
மந்திரம் போட்டா ளோஎன்
 மனதையே சிறையாய்க் கொண்டாள்!

ஊடலில் தோற்றார் தாமே
　　உறவினில் வெல்வா ரென்றும்
கூடலை ரசிப்பா ரென்றும்
　　கோமகன் உரைத்தான்; அன்று
ஊடலில் தோற்றேன், வந்த
　　உறவிலே மகிழ்ந்தேன்; இன்று
கூடலில் சுகம்காண் கின்றேன்;
　　குறைகாணக் கண்கள் இல்லை!

காதலன் தழுவும் போது
　　கண்புதைத் திருப்பாள்; கொண்ட
காதலன் காணா னாகில்
　　கண்பதித் திருப்பாள்; இன்ப
வேதனை யாலே கொஞ்சம்
　　விம்முவாள் துடிப்பாள்; எல்லாச்
சோதனை முடியும் மட்டும்
　　சுகமாக ரசிப்பா ளன்றோ!

நானொரு முத்தம் தந்தால்
 நங்கைதன் இதழ்க ளாலே
தானொரு முத்தம் தந்து
 தலைகோதி வேர்வை போகப்
பூநறும் காற்றும் வீசிப்
 புன்னகை புரிவாள், இன்னும்
ஏனிந்தப் பார்வை என்று
 எதனையோ கேட்டு வைப்பாள்!

காதலி இணக்கம் பற்றிக்
 கம்பனும், பின்னால் அங்கே
பேதுறும் மயக்கம் பற்றிப்
 பெருமறைக் குறளும் சொன்ன
நீதிகள் நெறிகள் யாவும்
 நீங்காமற் கொண்டாள் எந்தன்
காதலி! அவளை இன்று
 காலையில் காண வில்லை!

மாலையில் வருவாள்; வண்ண
மாலைகள் பெறுவாள்; இன்பச்
சோலையில் என்னைக் கொண்டு
சுவையுலாக் கொள்வாள்; வீட்டு
வேலையால் நோய்வாய்ப் பட்டாள்;
வேதனை தீரும் வண்ணம்
மாலைபோல் நானும் அன்னாள்
மார்பிலே நடனம் செய்வேன்!

தனிமையில் நாங்கள் ஒன்றாய்த்
தழுவுதல் அரவ ணைத்தல்
இனிமையாய்ப் பேசித் தீர்த்தல்
இவையெலாம் நீங்கள் காண
அனுமதி இல்லை; ஆக
அவையுளீர் திரையைப் போட்டேன்!
இனிஎமைக் காண்ப தென்றால்
இன்னுமோர் ஆண்டு செல்லும்!

***

காதலி - 2

காதலை மதுவைப் பாடிக்
 கவலையைத் துயரைப் பாடி
மாதர்கள் அழகைப் பாடி
 மனம்படும் பாட்டைப் பாடிப்
போதையில் வெளிக் கிளம்பும்
 போனநாள் நினைவைப் பாடச்
சேதிகள் கொண்டு வந்தேன்,
 சேலத்துச் சபையை நாடி!

அம்பிகா பதியின் காதல்
 அவலத்தில் முடிந்த துண்டு
எம்பிரான் ராமன் காதல்
 இலங்கையை எரித்த துண்டு;
நம்பிஅந்த நிடத நாட்டு
 நளமகா ராஜன் காதல்
தம்பலம் இழந்து வந்த
 சனியினால் பிரிந்த துண்டு!

கண்ணனின் காதல் லீலை
    கங்கையில் ஒலித் தெழுந்து
பெண்ணெனப் பிறந்தார்க் கெல்லாம்
    பேராசை கொடுத்த துண்டு;
விண்ணவன் முருகன் காதல்
    விதவித வேடங் காட்டித்
தண்ணெனும் குன்றில் ஏறித்
    தழுவிய கதையும் உண்டு!

காதலின் சுகத்தைக் கூறும்
    கவிதைகள் கோடி யுண்டு
தூதுகள் மடல்கள் எண்ணச்
    சுகமான உலாக்கள் உண்டு;
மாதரைத் 'தாயார்' ஆக்கி
    மடிவதே காதல் என்று
போதையில் வாழ்ந்தார் இந்தப்
    பூமியில் பலபேர் உண்டு!

நான்கொண்ட காதல் இந்த
 ரகங்களில் ஒன்றென் றாலும்
மான்கொண்ட கண்ணாள் இந்த
 மாதரில் ஒருத்தி யல்ல;
தேன்கொண்ட மொழியும், செல்லும்
 திசைகொள்ளும் அன்பும் கொண்டாள்
வான்கொண்ட மேகம் போல
 வளர்கின்ற புகழ்ப்பெண் ணாவாள்!

அன்றொரு காலம் இந்த
 அழகிய கொங்கு நாட்டில்
தென்றல்வந்(து) ஊஞ்சல் ஆடும்
 சேலத்தில் நானி ருந்தேன்;
அன்றில்போல் இளைய மங்கை
 அங்கெங்கோ தனித்தி ருந்தாள்
சென்றொரு தூது சொல்லிச்
 சேர்ந்தவர் சக்ர பாணி!

கண்ணொடு கண்கள் பேசக்
கதையொடும் வசனம் பேசப்
பண்ணொடு இசையும் சேரப்
பரதமும் ஜதியும் போலப்
பெண்ணொடுங் கலந்தேன்; சற்றும்
பிரிவிலா திருந்தேன்; ஆங்கே
நண்ணிய அன்பை மாய்க்க
ராசியில் சனி புகுந்தான்!

கோவலன் பிரிந்தா னேனும்
கோதைகண் ணகியாள் கொண்ட
ஆவலை மனத்தே வைத்து
அந்தநாள் வாழ்ந்தாற் போலக்
காவியத் தலைவி தானும்
கவலையில் வாழ்ந்தி ருந்தாள்;
பாவியோ அவளை விட்டுப்
பத்தாண்டு பிரிந்தி ருந்தேன்!

மாதவி இல்லம் சென்றேன்
 மயக்கத்தில் கிடந்தேன்; அந்த
மாதவி சுகத்தில் கொண்ட
 மாதையும் வெறுத்தேன்; யாவும்
மாதவி தவறால் அல்ல
 மனம்போன போக்கின் குற்றம்;
காதலி நன்மை தீமை
 காண்பவன் கணவன் தானே!

நெஞ்சத்தில் இருந்த நாட்கள்
 நித்தமும் கதைகள் பேசி
மஞ்சத்தில் கிடந்த நாட்கள்
 மனம்விட்டுக் கலந்து பேசிக்
கொஞ்சித்தான் காதல் முற்றும்
 குவித்திட்ட நாட்கள் எல்லாம்
பஞ்சத்தில் ஏழை பார்க்கும்
 பழங்கணக் கான தின்று!

இறைவனென் றொருவன் உண்டு
 இவரிவர் வாழ்க்கை இந்த
முறையிலே போகும் என்று
 முடிவுற்ற கணக்கும் உண்டு;
நிறைவுற்ற வாழ்வை என்னை
 நேசித்தாள் பெற்றாள்; நானோ
குறைவுற்ற வாழ்வில் நல்ல
 குடித்தனம் செயப்பு குந்தேன்!

மாதைநான் பிரிந்த பின்பு
 மயக்கமே நலமென் றெண்ணிப்
போதையைத் துணையாய்ப் பெற்றேன்
 புலம்பினேன்! பாடிப் பாடி
வாதையில் பிறந்து வந்த
 வார்த்தைகள் கவிதை யாகிக்
கோதையை என்பால் மீண்டும்
 கொடுத்ததை இன்று கண்டேன்!

மருத்துவப் பட்டம் தந்தார்
 மங்கைக்கு, நியாயம் தானே!
வருத்திய நோயைத் தீர்க்கும்
 வகையினாற் பொருத்தந் தானே!
திருத்திஎன் உறவை அன்னாள்
 சீர்செய்து பட்டம் பெற்றாள்;
சரித்திரம் அவளை ஏற்றால்
 தலைவனாம் எனையும் ஏற்கும்!

சென்றநாள் சென்று மாயத்
 திரும்பினோம் புதுவாழ் வுக்கு!
இன்றுதான் அவளை மீண்டும்
 ஏறிட்டுப் பார்க்கின் றேன்யான்;
நன்றியும் நேர்மை யும்போல்
 நடுவகி டெடுத்து வண்ணக்
கொன்றைவார் மலர்கள் சூடும்
 கூந்தலைக் காண வில்லை!

சந்திர வதனம் அன்று!
சந்திரன் தலையில் ஏறி
இந்திர சபையைக் கூட்டும்
எழிலான வழுக்கை இன்று!
அந்தியில் பார்க்கும் போது
அதுவேறு இதுவே றல்ல
மந்திரந் தானே வேண்டும்
வழுக்கையா தடைகள் போடும்!

தத்தையாள் ஓர்நாள் என்னைத்
தனியாகக் கேட்டு வைத்தாள்;
'அத்தான் நீர்இது வரைக்கும்
யார்யாரைப் பார்த்தீர்?' என்றாள்!
'பத்தாண்டுக் காலத் தில்நான்
பார்த்தவர் பலபே ருண்டு
அத்தனை பேரில் உன்போல்
ஆசைதான் எவர்க்கும் இல்லை!'

என்றேன்நான்; காதல் பெண்ணாள்
    இளையபுன் னகையை வீசி,
'சென்றநாள் போதும்; மீண்டும்
    செல்லநான் ஏலேன்' என்றாள்!
இன்றுபோல் என்றும் என்னை
    இன்பத்தில் வைத்தி ருக்க
மன்றத்தில் இழுத்துப் போட்டு
    மதுக்கடை திறந்து வைத்தாள்!

நல்லநாள் ஒன்று சேர்ந்தோம்
    நாம்பெறும் காதல் வாழ்க்கை
செல்லுநாள் வரையில் சென்று
    தேயாது மறையா நின்று
சொல்லுவார் வார்த்தை எங்கள்
    சுகமான இணைப்பைப் பற்றிச்
சொல்லுமா றமைந்தால் போதும்
    சொற்கள்தான் கைம்மா றாகும்!

காலங்கள் மாறும்; காணும்
    காட்சிகள் மாறும்; போடும்
கோலங்கள் மாறும்; கொள்ளும்
    கொள்கைகள் மாறும்; இந்த
ஞாலமே மாறும் போது
    நாம்மாறா திருந்தால் போதும்!
சேலமே மீண்டும் எம்மைச்
    சேர்த்ததும் நீதான்! நன்றி!

சென்னையிலும் சேலத்திலும் முறையே 20-6-71, 1-8-71-ல் நடைபெற்ற 'கலைஞர் கருணாநிதி பிறந்த நாள் விழா'க் கவியரங்குகளில் பாடப்பட்ட கவிதைகள்.

மனமே உன்னால்!...

மனமே உன்னால்
மயங்கிய நாட்கள்!...

பாலை வனத்துப் பறவைபோ லோடும்
பாழும் மனமே! பாழ்த்தஎன் மனமே!
ஆலை இடுக்கில் அகப்படும் கரும்பு
போலென் வாழ்வைச் சாறெனப் பிழிந்து
நூலென இழைத்து நோயெனப் படுத்துச்
சாவெனத் துடித்துத் தத்துவம் பாடிப்
பாரென விடுத்தஎன் பாழும் மனமே!
பார்த்தேன் பார்வை பழுதுறும் வண்ணமே!

மனமே உன்னால்
மயங்கிய நாட்கள்!...

கனியை ஒருநாள் கசப்பெனச் சொல்வாய்
கசப்பை ஒருநாள் கனியென உண்பாய்
தனிமை சுகத்தைத் தருமென விடுப்பாய்
தாளாத் தனிமை நெருப்பென முடிப்பாய்;
மனையொடுஞ் சுற்றம் மகிழ்வெனச் சிரிப்பாய்
மறுநாள் துறவே மாண்பெனச் சலிப்பாய்;
தனையே புகழ்வாய்! தாளா தொருநாள்
தனையே நோவாய் தலைப்புழுப் போல்வாய்!

மனமே உன்னால்
மயங்கிய நாட்கள்!...

பட்டம் பதவி பணமெனப் பறப்பாய்
பலிக்கா விடிலோ பலித்ததை வெறுப்பாய்;
திட்டம் திறமை செயல்முறை என்பாய்
தேரா தாயின் வேரோ டழிவாய்;
கொட்டும் மழையைக் கொடுமழை என்பாய்
கோடை வெயிலும் கொடுமையென் றழுவாய்;
எட்டும் வரையில் ஏங்கியே கிடப்பாய்
எட்டிய பின்னதை ஏனோ வெறுப்பாய்!

மனமே உன்னால்

மயங்கிய நாட்கள்!...

அறிந்தோர் பாலும் ஐயந் தருவாய்
அறியா தவரை அணைக்கவும் வைப்பாய்;
சிறுதே ரோட்டும் சிறுமக வேபோல்
பருவந் தேராப் பாசத் தழிவாய்;
தீயையுந் தொடுவாய், தொட்டே அறிவாய்;
பன்னிப் பன்னிப் பலவகை நினைவைத்
தருவாய் நீயே தடையும் இடுவாய்
சக்கரம் போலச் சாலையில் சுழல்வாய்!

மனமே உன்னால்
மயங்கிய நாட்கள்!...

உடலாற் பயனை உன்னா லிழந்தேன்
உன்னாற் பயனை உடலா லிழந்தேன்
உடம்பும் நீயும் ஒருகுல மக்கள்
உதிர அணுக்கள் உன்கரப் பூக்கள்;
கெடுவது உன்னால்; கீழ்மே லாக
விழுவதும் உன்னால்; விழுந்த பின்னாலே
எழுவதும் உன்னால்; ஏற்பேன் சபதம்:
இனிநான் பிறந்தால் இம்மனம் வேண்டேன்!

மனமே உன்னால் மயங்கிய நாட்கள்!...
மரத்தின் வாழ்வில் சிதறிய பூக்கள்!...

***

அனுபவிக்க வயதிலையே!...

நீலவான் குடையின் கீழே
 நின்றாடும் உலகம் எங்கும்
கோலமோர் கோடி! ஆடி(க்)
 குலவுமோர் காட்சி கோடி!
காலையும் மாலை என்றும்
 கடும்பகல் இராப்போழ் தென்றும்
காலமோ விரைந்து போகும்
 காண்பதோ குறைவே யாகும்!

பூவகை வாசல் கன்னிப்
 புதுமலர் பெண்கள் பாடப்
பாவகை பலமன் றங்கள்
 பலவகை நடனம்; நெஞ்சில்
ஆவலைக் கிளப்பும்; போதை
 ஆயிரம் மதுக்கிண் ணங்கள்;
காவலும் வேலி யின்றிக்
 கட்ட விழ்ந் தாடும் சங்கம்!

ஆடைகள் புதுவண் ணங்கள்
        ஆங்காங்கு நாடு தோறும்
மேடைகள் பலஎண் ணங்கள்
        மெல்லிய மடவார் காட்டும்
ஜாடைகள் பலவா றாகச்
        சமைத்தநற் கறிகள், நீந்த
ஓடைகள் அருவி ஆறு
        உலகமே கலையின் கூடம்!

சில்லென்ற காற்று வந்து
        தேகத்தைத் தழுவும் குன்றம்
புல்லென்ற இறைவன் மெத்தை
        போகத்தின் நினைவை யூட்டிச்
செல்கின்ற மேகக் கூட்டம்
        சிறுமழைத் தூறல் சாரல்
கொல்கின்றாள் இயற்கை அன்னை;
        கொஞ்சத்தான் பருவம் இல்லை!

சிங்கப்பூர் பாங்காங் ஹாங்காங்
செல்வம்சேர் கோலா லம்பூர்
இங்கிலாந் தமெரிக் காவோ(டு)
எழிலான பிரான்ஸு ஜப்பான்
எங்கெங்கே விமானம் போகும்
எல்லாமும் காணத் தோன்றும்,
இங்கேநான் வாழும் எல்லை
இவைகாணும் அளவா யில்லை!

அணைக்கவோ இரண்டே கைகள்;
அனுபவித் துறவை வாழ்வில்
இணைக்கவோ ஒன்றே உள்ளம்;
இயற்கையைச் சுகத்தை நித்தம்
பிணைக்கவோ சிலநாள் வாழ்க்கை;
பெரும்பெரும் நினைவை யெல்லாம்
அணைக்கவோ வருவான் காலன்;
அளந்துதான் கொடுத்தான் தேவன்!

இருபதே வயதாய் என்னை
    இருநூற்று ஐம்ப தாண்டு
பருவத்தில் அவன்வைத் தானேல்
    பார்க்கின்ற அனைத்தும் பார்த்து
மருவற்ற பெண்கூட் டத்தின்
    மடியிலே புரண்டு நித்தம்
ஒருகிண்ணம் மாற்றி மாற்றி
    உலகத்தை அனுப விப்பேன்!

இறைவனா விடுவான்? என்னை
    இருபாலும் விலங்கு போட்டுக்
குறையுள்ள மனித னாக்கிக்
    குரங்கென ஆட்டு வித்து
முறையாக வயது போக
    முதுமையும் நோயும் தந்து
சிறைவாசம் முடிந்த தேபோல்
    ஜீவனை முடித்து வைப்பான்!

இதயத்தை எண்ணம் வெல்லும்
 இளமையை முதுமை வெல்லும்
அதிகமாய்த் தோன்றும் நெஞ்சில்
 ஆசையைக் காலம் வெல்லும்;
மதியினை விதியே வெல்லும்
 வாழ்க்கையைக் கனவே வெல்லும்
வதைபட்ட நிலையில் இந்த
 மனிதனை மரணம் வெல்லும்!

***

பாற்சுவை

மங்கல வணியும் பொட்டும்
    மரகத மணிபோற் கண்ணும்
குங்கும நுதலும் தண்டை
    குலுங்கிடும் காலும் மஞ்சள்
தங்கிய முகமும் செவ்வாய்
    தடம்பணைத் தோளும் கொண்ட
மங்கையர் கைபார்த் துண்ண
    மலர்கவே பொங்கல் நன்னாள்!

பூச்சிறு மழலை மேனி
    புத்துடை நகைகொண் டாட
ஆய்ச்சியர் துணைவர் சேர
    ஆனந்தத் தமிழ்ப்பண் பாடப்
பாற்சுவை பொங்கும் நன்னாள்
    பழந்தமிழ் வளர்த்த பொன்னாள்
போற்சுவை நாளொன் றில்லை
    போலிகவே இன்பப் பொங்கல்!

***

வங்க தேசமே!...

கங்கைநதி பாய்கின்ற வங்க தேசம்
கண்ணீராம் நதியிலே நீந்துதம்மா
செங்குருதி ஆறாகப் பாயுதம்மா
ஜீவனுக்கே விலையின்றிப் போனதம்மா!

வாங்க தேசமே என்னஉன் விதியோ?
வாழ நினைத்தால் இதுதான் கதியோ?...

இருந்தஇடம் தனைநீங்கிப் பிரிந்த மக்கள்
இறப்பதற்கே வங்கத்தில் பிறந்த மக்கள்
வருந்துகின்ற துயருக்கோ அளவே இல்லை!
வாழ்கின்ற உலகினுக்கோ கவலை இல்லை!...

வங்க தேசமே என்ன உன் விதியோ?
வாழ நினைத்தால் இதுதான் கதியோ?...

அமெரிக்கப் பாவிகளின் ஆயு தங்கள்
அடுத்திருக்கும் சீனர்களின் ஆள்ப லங்கள்
சுமைசுமையாய்ப் பிணக்குவியல் காட்டு தம்மா
உலகத்துப் பொதுச்சபையோ தூங்கு தம்மா!...

வங்க தேசமே என்னஉன் விதியோ?
வாழ நினைத்தால் இதுதான் கதியோ?...

சிங்கமெனத் துடித்தெழுந்தான் முஜிபுர் ரஹ்மான்
திமிர்கொண்ட ராணுவத்தை எதிர்த்து நின்றான்
வங்கமக்கள் அனைவருமே அவன்பால் நின்றார்
மன்னவனைப் பாரதம்தான் காக்க வேண்டும்!...

வங்க தேசமே என்னஉன் விதியோ?
வாழ நினைத்தால் இதுதான் கதியோ?...

வேறு

சத்திய மென்பது வெற்றி பெறும்எனச்
சொன்னது பொய்யாமோ
தாயக மக்களை ராணுவ வெறியரின்
கால்களில் விடுவோமோ
யுத்தம் எழுந்துநம் அத்தனை பேரையும்
கொன்றிடு மென்றாலும்
வெற்றி பெறும்வரை போரிடு வோம்இது
சத்தியம் சத்தியமே!...

வங்க தேசமே வாழிய நீயே!
மலரும் விடுதலை காண்பாய் தாயே!...

***

ஊமைக் காயம்

தூதுவர்போல் கீற்றுவிட்டுத் தூக்கித் தலைநிமிர்ந்து
நாதமணித் தென்றலிலே நடனமிடும் தென்னைகளும்
ஆதிரைக்கும் கார்த்திகைக்கும் ஆயிழையார் ஏற்றிவைக்கும்
தீபமென மின்னாடும் செம்மலரும் வெண்மலரும்
காதலிளங் கன்னிமயில் கனகமலர் மேனியெனும்
கண்ணாடி மாளிகையும் காற்றடிக்கும் சோலைகளும்
பாதிமொழி வாராமல் பாட்டிசைக்கும் பூங்குயிலும்
பாக்குவரு முன்னாலே பறந்துவிட்ட வெற்றிலைபோல்
மோதிச் சிறகடிக்கும் முத்தான பிள்ளைகளும்
மூண்டிருக்கும் தோப்பினிலே மூழ்கிவிட எண்ணமிட்டேன்.

தோப்பிருந்தால் வாங்குதற்குத் தொகையில்லை,
தொகையிருந்தால்
தோப்பில்லை என்றபடி தொடர்ந்ததம்மா என்வயது!
சேலையிலே கோவில்கட்டிச் சிற்றிடையில் பின்னலிட்டுப்
பாலமுதப் பூமுகத்தில் பட்டொளிரப் பொட்டுமிட்டு
நாலுகுணச் சேனைகளில் நாணமது முந்திவர
ஆசை நடத்திவர அச்சமெலாம் பின்னலிடப்

போதார் நறுங்குழலில் போதை மலர்சரிய
ஆதார மில்லாமல் ஆடிவரும் தேர்போல
மங்கை ஒருத்திஎந்தன் மடிமீது வந்தமர்ந்து
என்னிடத்தே பற்றுவைத்து என்னிடத்தே காதல்வைத்து
கன்னங்க ளாலென் கவிதையிலே மெருகேற்றிச்
செவ்வாயித ழாலென் சிந்தையிலே கடைவிரித்து
ஆரஉடல் தழுவி அன்புடனே குழல்கோதி,
'பாவலனே இன்றோர் பாட்டெழுத மாட்டாயோ?'
என்றுரைக்கும் காட்சியினை எண்ணித் தவங்கிடந்தேன்
இன்றுவரை அந்த இன்பமெனை அண்டவில்லை!

கைநிறையப் பொருள்குவித்துக் காலமெல்லாம் அள்ளிவிட்டு
இல்லெயென வருவார்க்கும் ஏங்கி அழுவார்க்கும்
தொல்லையிலே வீழ்வார்க்கும் துணையாக வாழ்ந்திருந்து
கல்யாண மாகாத காளையர்க்கும் கன்னியர்க்கும்
நல்ல மணமுடித்து நல்வாழ்வுக் கைகொடுத்து
எல்லார்க்கும் நல்லவனாய் இரக்கம் மிகுந்தவனாய்
வாழநினைத் திருந்தேன் வாழ்வும் முழுமையில்லை!

எங்கும் பிலாக்கணங்கள் எப்பாலும் பேய்க்கணங்கள்
தங்குமிடம் அத்தனையும் சரஞ்சரமாய் முட்கதிர்கள்

மங்கையர்க்கும் மானிடர்க்கும் மண்ணிலுள்ள யாவருக்கும்
ஒன்றல்ல உள்ளம் உள்ளே இரண்டுமனம்!
சொல்ல நினைப்பதெலாம் சொல்லாமற் போவதற்கு
உள்ளமனதிலே இருக்கும் ஊமைப்புண் காரணமாம்!
கள்விழுந்து தேற்றுவதால் கவலை அதிகமில்லை
இங்கேநான் வீழ்ந்திருக்கும் இடிபாட்டுக் குள்ளிருந்து
மங்கலமு மில்லாமல் மனநிறைவு மில்லாமல்
பொங்கி அழுவதுதான் புதுக்கவிதை! வேறுவழி!

பற்றறுக்க மாட்டாமல் பாடிப் புலம்புகிறேன்
சுற்றறுக்க மாட்டாமல் துயரத்தால் விம்முகிறேன்
சுற்றுச் சுவர்நடுவில் சுமந்தாளே எனையொருத்தி
சற்றே அவள்விலகித் தனித்திருந்தால் நானுமில்லை
பெற்றபின் னாலிந்தப் பிரளயத்தில் வட்டமிட்டு
முற்றுங் குமைந்தழுது முறைஉலகம் கண்டபின்னர்
வண்ணமணிக் கிண்ணத்தில் வார்க்கும் மதுவகைகள்
இல்லா திருந்தால் இன்றோர் கவிஞனில்லை!

***

ஒரு கிண்ணத்தை ஏந்துகின்றேன்

சொர்க்கமிருப்பது உண்மையென்றே அதைப்
பக்கத்தில் வைத்துவிட்டேன் - இனி
வெட்கத்தை விட்டுவிட்டேன் - வெறும்
துக்கப் படுவதில் அர்த்தமில்லை என்று
தோளை நிமிர்த்தி விட்டேன் - மனச்
சோர்வை அகற்றி விட்டேன்!

ஒரு – கிண்ணத்தை ஏந்துகின்றேன்
பல – எண்ணத்தில் நீந்துகின்றேன்!

சாத்திரக் குப்பைக்கு மாத்திரம் மண்ணிலிப்
பாத்திரம் வந்ததில்லை - இரு
நேத்திரம் கொண்டதில்லை - என்
சூத்திரம் என்பது சுகத்தை அளப்பது
ஆத்திரம் பேசவில்லை - பிறர்
தோத்திரம் தேவையில்லை!

ஒரு - கிண்ணத்தை ஏந்துகின்றேன்
பல - எண்ணத்தில் நீந்துகின்றேன்!

தக்கத் தகதிமி தாளம் ஜதியோடு
தையல் நடமாட - அவள்
மையல் உறவாட - இரு
பக்கத்திலே சில பட்டு முகத்தினர்
தொட்டு விளையாட - கைக்
கட்டு விளையாட

ஒரு - கிண்ணத்தை ஏந்துகின்றேன்
பல - எண்ணத்தில் நீந்துகின்றேன்!

கட்டழ கானதோர் கற்பனை ராஜ்ஜியம்
கட்டி முடிந்ததடா - அதில்
கட்டில் அமைந்ததடா - கொடும்
சட்டங்கள் தர்மங்கள் ஏதுமில்லை இன்பச்
சக்கரம் சுற்றுதடா - அதில் நான்
சக்கர வர்த்தியடா!

ஒரு – கிண்ணத்தை ஏந்துகின்றேன்
பல – எண்ணத்தில் நீந்துகின்றேன்!

மஞ்சள் முகக்கன்னி குங்குமம் வைப்பது
மங்கலம் காக்கவல்ல - அது
மானிடர்க் காகவல்ல - தமிழ்
கொஞ்சும் கவிக்குயில் கோயில் கட்டி ஒரு
கோடிக் கவிதைசொல்ல - மனம்
கூடிக் கலந்துகொள்ள!

ஒரு – கிண்ணத்தை ஏந்துகின்றேன்
பல – எண்ணத்தில் நீந்துகின்றேன்!

திக்குகள் யாவையும் ஊழிப்புயல் கொண்டு
    தீப்பட்டு வேகட்டுமே - நமன்
    வாய்ப்பட்டுப் போகட்டுமே - இந்தக்
கொக்குக்குத் தேவைதன் கூரிய மூக்கினில்
    சிக்கிடும் சேல்மட்டுமே - இதன்
    தேவைகள் வாழட்டுமே!

ஒரு – கிண்ணத்தை ஏந்துகின்றேன்
பல – எண்ணத்தில் நீந்துகின்றேன்!

முள்ளை விலக்கி மலரை விரித்ததில்
    கள்ளைச் சுவைக்க வந்தேன் - ரசம்
    அள்ளிக் குடிக்க வந்தேன் - அந்தக்
கொள்ளை இறைவனின் சம்மதத்தோ டென்று
    கூறத் துணிவு கொண்டேன் - துயர்
    ஓடக் கனவு கண்டேன்!

ஒரு – கிண்ணத்தை ஏந்துகின்றேன்
பல – எண்ணத்தில் நீந்துகின்றேன்!

தத்துவ வேதத்தைச் சத்திய மார்க்கத்தைப்
பக்தர்கள் பார்க்கட்டுமே - சிவ
முக்தர்கள் காக்கட்டுமே - இந்தப்
பித்த னிருக்கின்ற காலம் வரையிலும்
பெண்ணை ரசிக்கட்டுமே - மது
கண்ணை மறைக்கட்டுமே!

ஒரு – கிண்ணத்தை ஏந்துகின்றேன்
பல – எண்ணத்தில் நீந்துகின்றேன்!

***